കടലിലൊരു കടൽപോലെ

kadaliloru kadalpole

•

neelamperoor madhusoodanan nair

•

first edition
october 2009

•

typesetting
megha

•

published
chintha publishers, thiruvananthapuram

•

printed
repro india ltd, mumbai

•

cover
ambeesh kumar

•

വിതരണം

ദേശാഭിമാനി ബുക്ക് ഹൗസ്

H O തിരുവനന്തപുരം–695 001

ബ്രാഞ്ചുകൾ

ദേശാഭിമാനി റോഡ് തിരുവനന്തപുരം • ഓവർബ്രിഡ്ജ് തിരുവനന്തപുരം • കെ എസ് ആർ ടി സി ബസ് സ്റ്റേഷൻ ആലപ്പുഴ • കെ എസ് ആർ ടി സി ബസ് സ്റ്റേഷൻ എറണാകുളം • ഐ ജി റോഡ് കോഴിക്കോട് • മാവൂർ റോഡ് കോഴിക്കോട് • എൻ ജി ഒ യൂണിയൻ ബിൽഡിങ് കണ്ണൂർ • സെൻട്രൽ ബസ് ടെർമിനൽ കോംപ്ലക്സ് താവക്കര കണ്ണൂർ • മച്ചിങ്ങൽ ലെയ്ൻ തൃശൂർ

CO - 1387 / 2360

കടലിലൊരു കടൽപോലെ

കവിത

നീലമ്പേരൂർ മധുസൂദനൻ നായർ

ചിന്ത പബ്ലിഷേഴ്സ്
തിരുവനന്തപുരം-695 001

നീലമ്പേരൂർ മധുസൂദനൻ നായർ

1936 മാർച്ച് 25-ന് നീലമ്പേരൂർ ഗ്രാമത്തിൽ ജനിച്ചു. അച്ഛൻ ഗവൺമെന്റ് സ്കൂൾ അധ്യാപകനായിരുന്ന പി എൻ മാധവൻ പിള്ള. അമ്മ കളത്തിൽവീട്ടിൽ ജി പാർവതിയമ്മ. നീലമ്പേരൂർ ഗവൺമെന്റ് പ്രൈമറി സ്കൂൾ, ചിങ്ങവനം സെന്റ് തോമസ് ഹൈസ്കൂൾ എന്നിവിടങ്ങളിൽ സ്കൂൾ വിദ്യാഭ്യാസം. ചങ്ങനാ ശ്ശേരി എൻ എസ് എസ് കോളേജിൽനിന്നു ഗണിതശാസ്ത്ര ത്തിൽ ബിരുദം. പാലക്കാട് ഗവൺമെന്റ് വിക്ടോറിയ കോളേ ജിൽനിന്നു സ്റ്റാറ്റിസ്റ്റിക്സിൽ ബിരുദാനന്തരബിരുദം. കുറച്ചു നാൾ അധ്യാപകനായിരുന്നതിനുശേഷം, സംസ്ഥാന വ്യവസായ-വാണിജ്യ വകുപ്പിൽ മാർക്കറ്റ് അനലിസ്റ്റായി ഔദ്യോഗിക ജീവിതത്തിനു തുടക്കം. 1991 മാർച്ച് 31-നു ജോയ്ന്റ് ഡയറക്ടർ തസ്തികയിൽനിന്നു വിരമിച്ചു.

കടലിലൊരു കടൽ പോലെ, മൗസലപർവം, അഴിമുഖത്തു മുഴങ്ങുന്നത്, സൂര്യനിൽ നിന്നൊരാൾ, ചമത, പാഴ്ക്കിണർ, ചിത തുടങ്ങി പതിനഞ്ചു കവിതാസമാഹാരങ്ങളും, *കിളിയും മൊഴിയും, അമ്പിളിപ്പൂക്കൾ, എഡിസന്റെ കഥ* തുടങ്ങി എട്ടു ബാലസാഹിത്യ കൃതികളും, എംഗൽസിന്റെ കവിതകൾ തുടങ്ങി അഞ്ചു പരിഭാഷകളും ഉൾപ്പെടെ ഇരുപത്തിയെട്ടു ഗ്രന്ഥങ്ങൾ പ്രസിദ്ധീകരിച്ചിട്ടുണ്ട്.

മൗസലപർവം എന്ന കാവ്യഗ്രന്ഥത്തിനു കേരളസാഹിത്യ അക്കാദമിയുടെ പ്രഥമ കനകശ്രീ പുരസ്കാരം (1991), *പാഴ്ക്കിണർ* എന്ന കവിതാസമാഹാരത്തിനു മൂലൂർ സ്മാരക പുരസ്കാരം (1998), *കിളിയും മൊഴിയും* എന്ന ബാലകവിതാസമാഹാത്തിനു സംസ്ഥാന ബാലസാഹിത്യ പുരസ്കാരം (1998), *ചമത* എന്ന കവിതാസമാ ഹാരത്തിനു കേരള സാഹിത്യ അക്കാദമിയുടെ കവിതയ്ക്കുള്ള പുരസ്കാരം (2000) എന്നിവ ലഭിച്ചിട്ടുണ്ട്.

ഭാര്യ	:	കെ എൽ രുഗ്മിണീദേവി
മക്കൾ	:	എം ദീപുകുമാർ, എം ഇന്ദുലേഖ
വിലാസം	:	നീലമ്പേരൂർ ഹൗസ്
		പി ആർ ലെയ്ൻ, കുറവൻകോണം
		തിരുവനന്തപുരം – 695 003.

"...where life abounds and writhes ceaselessly
Like air in the sky and sea in the sea"

Charles Pierre Baudelaire

ഉള്ളടക്കം

1

ഉള്ളിൽ നിറയുന്ന കടൽ

എല്ലാമറിഞ്ഞൊന്നു–
മറിയാത്ത ഞാനു, മി–
ന്നൊന്നുമറിയാതെ–
യെല്ലാമറിയുന്ന നീയും
ഇമ്മഹാമൗന–
പാരവാരതീരത്തെ
വിൺനിഴൽപ്പാടി–
ന്നിരുപുറം ചിക്കുമ്പോൾ
ആരാണു നമ്മിൽ വിതുമ്പി–
നിൽക്കുന്നതെന്നാരാഞ്ഞുവോ?

ആയകാലത്തന്നു
മുത്തശ്ശി ചൊല്ലിയ
നാടൻ കടംകഥ–
യ്ക്കുള്ളിലെ നേരിനാ–
യായംപിടിച്ചു–
നടന്നു മനസ്സിന്റെ
താളമഴിഞ്ഞൊരെൻ–
ബാല്യമോ? ജീവന്റെ–
യാദ്യന്തമുദ്രകൾ
തേടിയലഞ്ഞു പിൻ–
വാങ്ങിയൊരാരബ്ധ–
തപ്തവാർദ്ധക്യമോ?

ഒന്നുമറിവീ–
ലെനിക്ക്! കാലത്തിന്റെ
കൈമുദ്ര സാധകം–
ചെയ്തു ശീലിച്ച നീ–
യെന്തെങ്കിലും പൊരുൾ
കണ്ടുവോ? തീരങ്ങ–
ളെങ്ങെന്നറിയാതെ–
യുള്ളോരീ വൻകട–
ലെന്നിൽ നിറയുന്ന
നേരമായ്! നീയതിൽ
മുങ്ങിമരിക്കുമെ–
ന്നാരോ പറയുന്നു:
കാതോർത്തു നിൽക്കുക!

2
കുംഭമഴ

അല്ലല്ല, പകൽച്ചൂടു
    പൊള്ളിക്കെയെൻ മുറ്റത്തെ
മുല്ലയ്ക്കു പുതുജീവൻ
    തളിക്കും കുംഭക്കാറേ,

വന്നാലും; ഹർഷോത്സവ-
    ഭംഗിയായ് നിൻ വാത്സല്യം
വർഷിക്ക, മനസ്സിതാ
    മലരായ് വിരിയുന്നു!

അങ്ങനെ മടിച്ചു നീ
    നിൽക്കാതെ വാതിൽ തുറ-
ന്നിങ്ങോട്ടു കടന്നാട്ടെ
    കുളിരായ്, കുതുകമായ്!

എത്രയോ നാളായ് നിന്നെ
    ധ്യാനിച്ചും വ്യാമോഹിച്ചും
നില്ക്കയാണിവിടെയാ
    മുല്ലയും ഞാനും മണ്ണും!

കുംഭമാസത്തിൽ നിന്റെ
    വാർമുടി കോതാറില്ലെ-
ന്നുണ്ടെന്റെയോർമ്മത്തുമ്പ-
    ത്തിപ്പൊഴും നാടൻമൊഴി!

എങ്കിലും പൊടുന്നനെ
	വന്നതെന്തു നീ, ചൊല്ലൂ
എന്റെയുൾത്താപം കൊണ്ടോ
	മുല്ലതൻ ക്ഷീണം കണ്ടോ?

നല്ലത്! നമുക്കിനി–
	യിരിക്കാം സന്ധ്യയ്ക്കൊപ്പം–
തെല്ലിട! ഈറൻ നിഴൽ–
	പ്പാടുകളാകാം പിന്നെ!

3
കഥ ബാലിവധം

അണിയറയിലെത്തി ഞാൻ
നിൽക്കുന്നു, നിർബദ്ധ–
ചിത്തനായ്! ചൊൽ,കിന്നു
കഥയെന്ത്, വേഷമെ–
ന്താടുവാൻ? ബാലിവധ–
മെന്നോ, യെനിക്കുള്ള
വേഷവും പതിവുപോൽ
ബലശാലി ബലിമുഖ–
പ്രവരന്റെയെന്നോ?
രാമന്റെയൊളിയമ്പു
പ്രാണനിലേറ്റു രസ–
വീര്യത്തെ ശാന്തമായ്
മാറ്റുകെന്നോ? മൃത്യു–
വശഗനായെന്റെ ദോർ–
ബ്ബലമാകെ വ്യർത്ഥമായ്–
ചോർത്തുകെന്നോ?
ശരി! ജീവനത്തിന്നെനിക്കെന്നു–
മിതുതന്നെ തർപ്പണം! ജീവിത–
ക്കളരിയിലെനിക്കിതേ ശിക്ഷണം!
പോരിന്റെ നേർവിളിയി–
ലരങ്ങുണർത്താനെന്റെ
കുരലൊലി മുഴങ്ങണം!
കാണിയുടെ കണ്ണിൽ

നിറഞ്ഞു കത്താനെന്റെ
കരൾ കടഞ്ഞെരിയണം!
ശരി! ജീവിതത്തിന്റെ
കളരിയിലെനിക്കിതേ ശിക്ഷണം!
മൃതിതന്നെയല്ലോ–
യെനിക്കുള്ള തർപ്പണം!
രസഭംഗമരുതെന്നു
ചൊല്ലിയെൻ പിന്നിൽ നി–
ന്നുയരുന്നു ദേശിക–
കടുശാസനം! 'വയ്യ, വ'യ്യെന്നു മാററുതു
നീയൊട്ടുമിന്നെന്ന്
കുലഗരിമ നിവരുന്നു നെഞ്ചിൽ!

ഇരുമിഴിയുമെരിയുന്ന
കളിവിളക്കിൻ ചോട്ടി–
ലെവിടെയോയാര്യന്റെ–
യൊളിശരത്തിൻമുഖം!
ശരമുഖത്തഭയമർപ്പി–
ച്ചിളകിയാടുന്നു
ഭയരൂപ സുഗ്രീവ ഗർവ്വം!
ശരി, യിനി പരാജയ–
മെനിക്കരിയ തർപ്പണം! ജീവിത–
ക്കളരിയിലെനിക്കിതേ ശിക്ഷണം!

നെഞ്ചിന്നകത്തു ദ്രുത–
മേളത്തിമിർപ്പിന്റെ–
യുന്മത്ത ലഹരി!
ശരമേററു പിടയുന്ന
പ്രാണനിലൂടിനി
രാമന്റെയിടരററയയനം!
സുഗ്രീവമോഹ സാഫല്യം!

വീണ്ടുമൊരു ബാലിവധ–
മാടുവാനണിയറ–
ക്കോപ്പായ്പ്പകർന്നു നിൽക്കുന്നേൻ!
വീണ്ടുമൊരു യുദ്ധ–
പ്പദത്തിന്റെ താളമെൻ–
നെഞ്ചിൽ വരിച്ചുനിൽക്കുന്നേൻ!

4
പകുതി

അതിരുകളഴിഞ്ഞെന്നി-
ലലിയുമാകാശമേ,
അറിവിൽ നിറകതിരായി
വിരിയും വിഭാതമേ,
പണി പകുതിയായൊരെൻ-
കുടിലിന്റെ പൂർത്തിയായ്
പകുതിവഴി പിന്നിട്ട
യാത്രയുടെ ബാക്കിയായ്
ഇടറിമുറിയുന്നൊരെൻ-
പാട്ടിനൊരു നീക്കമായ്
പകുതി ചുവടായൊരെൻ-
നടനത്തിനാക്കമായ്
ഇരവു കടയുന്നൊരെൻ-
വാഴ്വിനൊരു തെളിമയായ്
പകുതിയുടലാകുമെൻ-
കനവിന്റെ വടിവായി
ഇമ പകുതി മലരുമെൻ-
മിഴിയിൽ വിൺമലരായി
ഇതൾ പകുതി വിടരുമെൻ-
കരളിൽ നിറമധുവായി
മുഴുമയുടെ പൊരുളായി
പെരുമയായ് വരിക നീ!
ഇരുളുമെൻ പ്രാണനിൽ
പകലായി വിരിക നീ!

5
തിരസ്കൃതൻ

I

നേരിനെ തൊട്ടുണർ–
ത്തുന്നൊരെൻ വാക്കിന്റെ
നേരേ വിലക്കും
വിലങ്ങുമായ് വന്നെതിർ–
വാതിൽ നിറയും
പഴയ ചങ്ങാതിക–
ളാരബ്ധ വാർദ്ധകം
മേയുന്നൊരെൻ പൂർവ–
ജാതകം ചിക്കി
വിചാരണ ചെയ്യുന്ന
വാർത്തകൾക്കെന്തൊരു
നാറ്റം! വധശിക്ഷ–
യെന്നേ വിധിച്ചു! തെ–
മ്മാടിക്കുഴിയെനി–
ക്കെന്നെയൊരുക്കി! പി–
ന്നെന്തിനീ പാതിരാ–
ച്ചൊൽക്കളി? നിങ്ങൾ
മദിരോത്സവത്തിന്റെ
പൊയ്നുര മോന്തി
ചിറി തുടച്ചീ വഴി
തേരിൽ നിരങ്ങുമ്പോ–
ഴെൻ നിഴൽ നിങ്ങൾക്കു
നേരേ കയർക്കും

കറുത്തൊരാകാശമെ–
ന്നെന്നേ ചരിത്രം
കുറിച്ചു! തിരസ്കൃത–
നെന്നു ഞാൻ മുദ്രിതൻ!
വേട്ടയ്ക്കു നല്ലിര!

II

മുന്നിലിരുന്നെന്നെ
ചൊല്ലിപ്പഠിച്ചവ–
രെൻ ശിഷ്യർ, കൂട്ടമാ–
യൊപ്പം നടന്നവ–
രുറ്റ ചങ്ങാതിക–
ളൊക്കെയുമൊന്നിച്ചൊ–
രൊറ്റക്കറുപ്പായെൻ–
നെഞ്ചത്തു കൊത്തുവാ–
നെത്ര തത്രപ്പെടു–
ന്നെന്ന കാഴ്ചയ്ക്കു മു–
ണ്ടൊട്ടു വിപരീത–
വശ്യമാം ചാരുത!

III

തോഴരേ, നാളത്തെ
സൂര്യവെളിച്ചമായ്
ഞാനുയിർക്കപ്പെടു–
മെന്നതിൽ നിങ്ങൾക്കു
കമ്പനം! രാവിനാ–
യിന്നത്തെയിപ്പകൽ
നിങ്ങൾ പതിച്ചു
കൊടുത്തതെനിക്കൊരു
നൊമ്പരം! പങ്കിടാ–
നൊന്നുമില്ലാത്തവർ–
നാമെന്ന നേരെനി
ക്കിന്നൊരു സ്വസ്ഥത!
അങ്ങനെ തീച്ചൂടു
വറ്റാത്ത വാക്കിന്റെ
കെല്പും കിതപ്പുമായ്
ഞാനിവിടിങ്ങനെ!
കാലം പുറത്തു കാ–
ലൊച്ച കേൾപ്പിക്കുന്നു;–
ണ്ടാറാത്തൊരെൻ മന–
സ്സാകാശമാകുന്നു!

6

വിപ്രലംഭം

I

മനസ്സുകൊണ്ടു നാം
    സ്വയം വരിച്ചു മുൻ–
പൊരിക്കൽ! പിന്നെ നാ–
    മൊരുമയോടൊരേ–
പ്രവാഹഭംഗിയായ്
    പ്രവൃദ്ധ വേഗത്തിൽ
പ്രപഞ്ചമാകവേ
    നിറഞ്ഞതോർപ്പൂ ഞാൻ!
ഇടയ്ക്കിടെ ചെറ്റു
    പിണങ്ങി നാം മൗനം
വരിച്ചു ഗൗരവം
    നടിച്ചതും, ചാറും
പരിഭവങ്ങളിൽ
    നനഞ്ഞതും, പിന്നെ–
യിണങ്ങി പുവഴ–
    കറിഞ്ഞതുമോർപ്പേൻ!

II

ഇവിടെയിന്നിപ്പോൾ
    ജരാനരകൾ ത–
ന്നിഴകളാൽ സൗഖ്യം

മെനഞ്ഞു ഞാനിവി–
ടിരിക്കുന്നു, സാന്ധ്യ–
വെളിച്ചത്തെ കണ്ണിൽ
പകർന്നെടുക്കുവാൻ
മനസ്സുണർത്തിയും!
എവിടെ നീയിപ്പോൾ?
പിറക്കാത്ത വാക്കിൻ–
നിഗൂഢതകളിൽ
തിരയുന്നേൻ നിന്നെ!
ഒരുമിപ്പിൻ മഹാ–
മുഹൂർത്തത്തെ നിന–
ച്ചൊരു കിനാവിൽ ഞാൻ
തപസ്സിരിക്കുന്നു!

7
ഇപ്പോൾ ഇങ്ങനെ

I

വെറുതെയോരോന്നു ചിന്തിച്ചു ദുഃഖിച്ചു
പകലറുതിയായെന്നതറിയാതെ
നിഴലളന്നു തളർന്ന മിഴികളി-
ലിരുൾ പരക്കുകയാണെന്നു കാണാതെ
പകുതി വെന്തൊരാകാശവും പേറി ഞാൻ
പടി തിരിച്ചു കടക്കുന്നു തോൽവിയായ്!
ഇനിയുമെന്ത്? പുലർച്ച തീണ്ടാത്തീര-
ത്തെവിടെയോ തുഴയറ്റതാമെൻ നൗക!

II

പകൽ മരിച്ചു കിടക്കും മണൽമുറ്റ-
ത്തൊരു പടുനിഴലായി ഞാൻ വീഴുമ്പോൾ
ഇരയവെട്ടം കെടുത്തിയെൻ കാവലാ-
ളറ കവർന്നു കടന്നെന്ന വാർത്തകൾ
ചിറകടിക്കുന്നു ക്ഷീണബോധത്തിന്റെ
നിറുകയിൽ! വയ്യ! ഞാൻ വെറും തോന്നലായ്,
ചിതലെരിച്ച പത്തായപ്പുറത്തെന്റെ
വിരി നിവർത്തൊന്നു ചായട്ടെ! ലാൽ സലാം!

8

ആത്മപുരാണം

പകുതി വെള്ളം നിറഞ്ഞ വള്ളം; പുഴ-
ക്കടവിനിയുമകലെ; പകൽ ചത്ത-
സമയം; ദൂരെ കടൽക്കോളിരമ്പ; മെ-
ന്നകമെ തേങ്ങിക്കലെമ്പുന്ന ജീവിതം!

കൊടു വരൾച്ചയെരിച്ച പാടം; നിർത്താ-
മഴയിൽ മുങ്ങി മരിച്ച മാടം; കട-
ക്കെണിയിൽപ്പെട്ടു തുലഞ്ഞ ജന്മം; തുടർ-
ക്കെടുതി കണ്ടു മദിച്ച മൃത്യു; ഇളം-
തലമുറകളെൻ ഭസ്മം കുറിയിടാൻ
കരുതാമെന്നു കവിതയിൽ പൈങ്കിളി!

വഴി നടന്നു മറഞ്ഞവരിന്നലെ
വരുതിയിൽ തന്ന വാക്കും വെളിച്ചവും
എവിടെയോ നഷ്ടമായെന്ന വാർത്തയായ്
പുതിയ വാണിഭഘോഷം! കവലയിൽ-
പതിവുകാഴ്ചയായ് നെഞ്ചു കലക്കുന്ന
തെരുവുനാടകം, വാഴ്വിന്റെ നേർമുറി!

പിരിമുറുക്കം വിയർപ്പിച്ച ചിന്തയിൽ
ദുരിതപാഠം കുറിക്കുന്ന നേരുകൾ
വറുതി നക്കിത്തുടച്ച മൺചട്ടിയിൽ
എരികണങ്ങളായ് പൊട്ടി വീഴുന്നെന്ന-
കഥ പറയുമീയന്തിമേഘങ്ങൾക്കു-
മവനിവാഴ്വു, ഘനീഭൂത സങ്കടം!

കടലെടുക്കാത്തുരുത്തായി ജീവനിൽ
കരുതി വച്ച വിശ്വാസത്തുടുപ്പിനെ
അധിനിവേശം കവരുമീ പേക്കാല-
പ്പടവിൽ നിന്നെൻ പുരാണം നിവർക്കവേ
തിരിവെളിച്ചമേ വാക്കുകൾക്കെങ്കിലും
തിരയിളക്കുന്നു പിന്നിലെ തീക്കടൽ!

9
ഉദയപ്പകർച്ച

I

ഗ്രഹണം കഴിയുന്നു;
പാടട്ടെ ഞാനെന്റെ
ഉദയ സങ്കീർത്തനം വീണ്ടും!

ഒരു വീണ്ടുപിറവിക്കു
നോവാൽ തുടുക്കുമെൻ–
മനമിന്നൊരതിരെഴാമാനം.

എന്റെ മൺഭിത്തികളിൽ
വിൺവെണ്മ ചാലിച്ചു
വിടരുന്നു വീണ്ടും വിഭാതം.

എന്റെയിക്കുടിലക–
ത്തുണരുമിളംമുറ–
ക്കണ്ണുകളിൽ വർണസംഭാരം.

എന്റെയിത്തൊടിയിലെ
തളിരിലും മലരിലും
കനവിന്റെ രാഗസഞ്ചാരം!

II

ഒരു യുഗപ്പിറവിയാ–
യുത്സവം പെയ്തെന്റെ

നിറുകയിൽ ചുംബിച്ചൊരുദയം

ഒരു മൺകുടം കണ—
ക്കുടയുന്ന വാർത്ത കേ—
ട്ടുരുകിയഴിഞ്ഞതെൻ സത്വം.

അതുകണ്ടു കൈകൊട്ടി—
യാർത്തു രസിച്ചതീ
കരി പുതച്ചാടുന്ന കാലം.

അതിലിറ്റു സാന്ത്വനം
കൊണ്ടതു, ലോഭമായ്
കടവായ് നനയ്ക്കുന്ന ലോകം.

അതിൽ വീണ്ടുമധികാര—
ത്തെൻനിലാവുണ്ടതീ
പെരുകുന്ന വിത്തസ്വരൂപം.

അതു കണ്ടുയിരുടൽ
വേർത്തു തളർന്നതീ
വയലും തൊടിയും തടവും.

അതുകണ്ടു മിഴികൾ
കലിച്ചു നിന്നീ ചരൽ—
വഴിയിലെ നാട്ടുവെളിച്ചം!

III

ഒരു മൺകുടം കണ—
ക്കുടയാതെയുദയമെൻ—
മിഴിയിൽ തുളുമ്പി നിൽക്കുമ്പോൾ

ഗ്രഹണം കഴിഞ്ഞർക്ക—
മുഖമെന്റെയാകാശ—
നിറുകയിൽ വെളിവുകൊള്ളുമ്പോൾ

അകലങ്ങളിൽ, ശ്യാമ—
ഗഗനങ്ങളിൽ പകൽ—
പ്പിറവികൾ പൂക്കുന്ന കണ്ടും

അരണികൾ കടഞ്ഞഗ്നി—
ശിഖയുലഞ്ഞിരുൾ കീറി
നിവരുന്ന വരദീപ്തിയേറ്റും

ഞാൻ വീണ്ടുമീ നാട്ടു-
മൊഴികളിൽ പാണരായ്,
പാണരുടെ പാട്ടായ് പൊലിപ്പെൻ!

ഞാൻ വീണ്ടുമിക്കടൽ-
ത്തീരത്തു വറ്റാത്ത
പകലായ് പകർന്നു പാടുന്നെൻ!

10
കോഴിക്കുഞ്ഞ്

I

വരിക മക്കളേ,
നേരമായ്, വെട്ടമായ്
ഇര തിരയുവാ–
നെന്നൊടൊത്തെത്തുക.

തൊടിയിൽ, വാഴ–
ത്തടങ്ങളിൽ, പാഴില–
ച്ചവറുചപ്പുകൾ
ചീയുമിടങ്ങളിൽ

ചെറുനഖങ്ങളാൽ
ജീവിതം ചിക്കുവാൻ
വിരുതു കണ്ണിൽ
വിയർപ്പിച്ചിറങ്ങുക.

ഇവിടെയിന്നലെ
നിങ്ങളൊത്തെന്റെ കാൽ–
ച്ചുവടുകൾ മേഞ്ഞ
കുടപ്പിറപ്പുകൾ

എവിടെയെന്നോ....?
തലയ്ക്കുമേലേ കനൽ–

മിഴികൾ കൂർപ്പിച്ചു
ചെമ്പൻ ചിറകുകൾ

വിരിയെ നീർത്തി
സസൂക്ഷ്മമൊഴുകുന്ന
മരണഭൂതത്തെ
കണ്ണിൽ കലർത്തുക.

അതിനൊരു നേര–
ഭക്ഷണം നിങ്ങടെ
യരുമ മാംസ–
മനല്പ രുചികരം.

അപകടം ഞാൻ
മണക്കും! സ്വയം മറ–
ന്നൊരു നിലവിളി–
യായുയിർ മാറ്റിടും!

ചകിതമെൻ വിളി
നെഞ്ചിൽത്തറഞ്ഞൊളി–
ഞ്ഞുടലു കാക്കാൻ
ചടുലത ചോർന്നവർ

ഒരു കരിയില–
യെങ്കിലും ജീവന്റെ–
യഭയമാക്കാൻ
തരപ്പെടാതുള്ളവർ

ഞൊടിയിടയി–
ലമർന്നു താഴും ക്രൂര–
നഖമുനകളിൽ
കുങ്കുമപ്പാടുകൾ!

ചരിതമിങ്ങനെ
ചൊല്ലുന്നു! നിങ്ങൾക്കെൻ–
ചിറകുകൾ രക്ഷ–
യെത്ര കാലമിനി?

II

പഴയ പാഠം
കൊറിച്ചു ഞാനിങ്ങനെ;
പുതിയ പാഠ-
ക്കുറിപ്പു ചികയവേ

എവിടെ നിന്നെൻ-
തലയ്ക്കുമേലേ ചെമ്പൻ-
ചിറകടിച്ചു
വരുന്നീ കഴുകുകൾ?

ചുടുനിണം പുള്ളി
കുത്തിയ ചുണ്ടുകൾ;
ചുടല മാംസം
കൊതിക്കുന്ന കൂർനഖം;

കരിപുകയുന്ന
കണ്ണുകൾ; മൃത്യുവിൻ-
കുരുതികുംഭം
നിറയ്ക്കുന്ന നെഞ്ചകം!

ഇനിയൊരു നിമി-
നേരമേ ബാക്കി; യെൻ-
തലയൊളിക്കുവാ-
നെങ്ങു കരിയില?

അഹഹ! ജീവിത-
ത്തിന്മേൽ തറയുമീ-
കൊടിയ ശൂലമി-
ത്തെങ്ങനെയൂരുവാൻ?

അഭയമെങ്ങാ-
ണകലുമാകാശമെൻ
അറിവുവെട്ടമായ്.
മാറ്റുവതെങ്ങനെ?

11
ശവക്കച്ച പുതച്ചൊരാൾ

കടവു തെറ്റിയി–
ന്നടുത്തതേതിരുൾ–
ക്കയത്തിലെന്നു ഞാൻ
പരിഭ്രമിക്കുമ്പോൾ

കരുതേണ്ടന്യമാ–
യിവിടം, നാമൊരു
കര പിടിച്ചെന്നു
കൊഴുത്ത കൂട്ടായ്മ.

തുഴയെടുത്തതു
നടുക്കായൽ ചുറ്റി–
യുഴറുവാനല്ലെ–
ന്നടുത്ത ചങ്ങാത്തം.

നമുക്കുമിത്തിരി
കരുതാം; ജീവിതം
നമുക്കുമില്ലേയെ–
ന്നിണക്കിളിച്ചന്തം.

പണത്തിനു മീതേ
പരുന്തിനുമാകാ
പറക്കലെന്നതേ
ചിറകൊച്ച വീണ്ടും.

മടിച്ചു നിൽക്കാതെ–

യവസരങ്ങളെ
മടിയിലാക്കുകെ—
ന്നുരത്ത സാമർത്ഥ്യം.

വയർ മുറുക്കി നാം
തുഴഞ്ഞതു പണ്ടാ—
ണിനിയും വയ്യയെ—
ന്നുറച്ച താരുണ്യം.

ഇതൊക്കെയിങ്ങനേ
നടക്കുകയുള്ളെ—
ന്നൊതുക്കമുള്ളൊരു
നരച്ച വായന.

ഇവയ്ക്കിടയിലെൻ
കരൾത്താളം മുറി—
ഞ്ഞിടറി വീഴുന്ന
നിഴൽപ്പുറത്തൊരാൾ

ഇറങ്ങി നിൽക്കുന്നു
ശവക്കച്ച പുത—
ച്ചൊഴിഞ്ഞ വാക്കിന്റെ
പുറം തോടും നീട്ടി!

12
നേരൊച്ച ഞാൻ

I

വിശപ്പായി നീറി–
പ്പുകയുന്ന പാത്രം
മലർത്തി തീക്കാറ്റായി
നിങ്ങൾ മുഴങ്ങുമ്പോ–
ഴെങ്ങിനെ ഞാനീ
വെയിൽച്ചൂടിനുള്ളിൽ
വിയർക്കാതിരിക്കും?
കനൽക്കാടിനുള്ളിൽ
കയർക്കാതിരിക്കും?

II

തീൻപണ്ടമെല്ലാം
കലക്കിക്കടഞ്ഞെണ്ണ
വാറ്റി ലാഭാർത്തികൾ
ദാഹമൊട്ടാറ്റി–
യേമ്പക്കം വിടുമ്പോൾ
എങ്ങിനെൻ കൂട്ടരേ
ചൊൽകീയടുപ്പിൻ
തുറക്കാത്ത കണ്ണിൽ
പുലർത്തെളി കാണും?

കറുത്തൊരീ ചുണ്ടിൽ
കതിർവെട്ടമാടും?

III

വിത്തും കടശ്ശിയിൽ
നുള്ളിപ്പെറുക്കി–
ക്കൊടുത്തു കടം വീട്ടി
പത്തായം വാഴ്‌വിനു
പട്ടടയായി–
പ്പുകഞ്ഞടങ്ങുമ്പോൾ,
മുങ്ങിമരിച്ച നെൽ–
പ്പാടങ്ങൾ ദുർവ്വാര–
മൃത്യുഭയമായ്–
പ്പുകർന്നാടിടുമ്പോൾ
കത്തിക്കരിഞ്ഞ
നിലാവിന്റെ വെൺചാരം
നെറ്റിയിൽപ്പൂശു–
മാകാശത്തെ നോക്കിയി–
ന്നെങ്ങിനെ പാടും?

IV

ദുഃഖത്തെ, ദുരിതത്തെ
സ്നേഹവിശ്വാസത്തെ,
പ്രാണനെ, പ്രാണ–
ഭയത്തെ, ദൈവത്തെയും
മൊത്തത്തിൽ വില്പന–
പ്പിണ്ഡങ്ങളാക്കുന്നൊ–
രാഗോള കമ്പോള–
മേളക്കൊഴുപ്പു, നേർ–
ക്കാഴ്ചകളെല്ലാം
കവർന്നെടുക്കുമ്പോൾ
ഉള്ളം കടഞ്ഞുഷ്ണ–
മേറ്റീ തെരുവിന്റെ
പൊള്ളുന്ന നെഞ്ചിൽ നി–
ന്നെങ്ങിനെ നീറാതിരിക്കും

V

മണ്ണിൽ വിയർപ്പായി
പെയ്തിറങ്ങുന്നവ-
രൊന്നെന്ന പച്ചപ്പു-
വറ്റും തടങ്ങളിൽ
പേയിറങ്ങുമ്പോൾ;
ഉണ്ണികൾ കണ്ണിൽ
കനവുമായുത്സവ-
വർണ്ണങ്ങളിൽ ഭ്രമി-
ച്ചീയലാവുമ്പോൾ
കാടു, കാടെന്നൊച്ച
കൂട്ടിപ്പകർന്നഗ്നി-
നാവായ് പൊലിക്കാതെ-
യെങ്ങിനൊടുങ്ങും?

VI

തീ വിഷം തിന്നു
കറുക്കും കെടുകാല-
നാളിലീ നാൽവഴി-
മുക്കിൽ മുഴങ്ങുവാൻ
നേരും നെറിയും
നിറയുന്ന വാക്കിന്റെ,
നേരൊച്ച ഞാനല്ലാ-
താരാണിവിടെ?
നേർവെട്ടം ഞാനല്ലാ-
താരാണിവിടെ?

13

അധിനിവേശം

വെയിലു പെയ്യാവഴിയിലൂടല്ല നാ-
മിവിടെ വന്നതെന്നോർക്കുക കൂട്ടരേ!
തല പിളർത്തിയ ഭാരമിറക്കി നാം
തണലിലൽപ്പമിരുന്നിളവേൽക്കുക.
ചുമടു തന്നതു പൈതൃകം! നമ്മുടെ
ചുമലിൽത്തട്ടി, 'നട'ക്കെന്നു ജീവിതം!
ഇടയിൽ വന്നു തീക്കണ്ണുരുട്ടി നിവർ-
ന്നിള വിലങ്ങുന്നതേതൊരു ഭൂതമോ?
കടൽ കുടിച്ചു വറ്റിച്ചു പിന്നീടു വി-
ണ്ണതിരുടച്ചു പറപ്പിച്ചു നമ്മളെ
വിപണിമേളച്ചരക്കുകളാക്കുന്ന
വിരുതിതെന്തൊരു ഭീകരചാരുത!
ഉടലടുക്കിപ്പിടിച്ചു, മുയിരിനെ
പുതിയ ഗന്ധരുചികളറിയിച്ചും
കപടവാഴ്‌വിലേക്കാനയിക്കുന്നൊരീ-
യധിനിവേശത്തിനെന്തൊരു വശ്യത!
പഴയ പൂതനാമോക്ഷം കഥയിലെ
ഇടയബാലനെ തോറ്റിയുണർത്തുവാൻ
സമയമിന്നിതെന്നോർക്കുക! നമ്മുടെ
ഹൃദയശംഖിൽ നിഷേധം നിറയ്ക്കുക!
കരുതി നിൽക്ക നാ; മന്തി മേഘങ്ങൾക്കു
കുരുതി തർപ്പണമാവാതിരിക്ക നാം!

14
കവിത വറ്റുന്നു

കവിത വറ്റുന്നു! വറ്റാതെ തോക്കിന്റെ
ക്ഷുഭിത ഗർജ്ജനം! ലോഭാഭിഗ്രസ്തമാം
വികൃത വാഴ്ചതൻ ദാഹാർത്തമാം കൊല-
വിളികൾ! വാക്കിവിടെങ്ങനെ കല്പന-
യ്ക്കുറവയാകും? വിരിയുമുഷസ്സിന്റെ
കതിർമണിയാകുമെങ്ങനെ? അന്തിതൻ-
കവിളിൽ വേർപ്പാകുമെങ്ങനെ? ആകാശ-
മൗനമാകുവതെങ്ങനെ? രാവിന്റെ
പടി കടക്കുന്നൊരാതിരാത്തിങ്കളിൻ-
മുടിയിൽ പൂക്കും നിലാവാകുമെങ്ങനെ?

കവിത വറ്റുന്നു! വറ്റാമുഴക്കമായ്
കഴുകനുള്ളിൽ ചിറകു കുടയവേ
കനവു നുള്ളിപ്പകർന്നിരിക്കുമിണ-
ക്കിളിയെയമ്പെയ്തു വീഴ്ത്തിയ വേടന്റെ
കരിവുടൽ കണ്ണിൽ! ജീവന്റെ യാർദ്രമാം
നിലവിളി കാതിൽ! വെന്തുപിടയുന്ന
ധരയുടെ തേങ്ങൽ പ്രാണനിൽ! രാക്ഷസ-
പ്രകൃതി തൻ ജയഭേരി നെഞ്ചിൽ! നിണ-
ക്കുരുതിയിലാഴ്ന്ന ദിക്കുകൾ! തീക്കാറ്റി-
ലലറി നിൽക്കുന്ന മൃത്യുവിൻ പോർവിളി!

കവിത വറ്റുന്നു! വറ്റാതെയിപ്പൊഴും
കരളിൽ ജീവന്റെ തോരാപ്പിടച്ചിലാ-

യൊരു കിളിക്കുഞ്ഞിൻ നൊമ്പരം; പണ്ടു കാ–
ടെരിയവേ പാതി വെന്തമരത്തിന്റെ
മുടി കരിഞ്ഞ നിറുകയിൽ നിന്നിറ്റി–
യിടറി വീണ കരുണാർദ്രരോദനം!

ഭയചകിതമെൻ വാക്കുകൾ വ്യാധന്റെ
കണതറഞ്ഞ മൃഗത്തിനോടൊപ്പമീ–
പകലറുതിയിൽ നിന്നുകിതയ്ക്കുമ്പോൾ
കവിത ശാപമാകു, ന്നഗ്നിയാകുന്നു!

15

രാത്രിസൂര്യന്മാരുടെ പകൽ

പുലരി പൂക്കുന്നെന്ന
            കവിതക്കമ്പം കേറി–
യുണർന്നേൻ! തീരക്കടെ–
            വടുത്തു, വൈകാതിനി–
യിറങ്ങാമെന്നുള്ളിലെൻ–
            വാക്കു കത്തിച്ചു! തുഴ
പിടിച്ച കൈകൾ നീട്ടി–
            ക്കുടഞ്ഞു നിവരുമ്പോൾ,
ഭൂമിയുമാകാശവും
            വെന്ത വാർത്തയായ് കായൽ–
ക്കാറ്റ്! രാത്രിസൂര്യന്മാർ
            കരയിൽ നിർമ്മിക്കുന്നോ–
രുത്സവാഘോഷം നോക്കി,
            നോക്കി നിൽക്കവേ കണ്ണിൽ
വിസ്മയക്കൊടിയേറ്റം;
            എല്ലാർക്കുമൊരേ മുഖം!
തുഴയാൻ കൂടപ്പെട്ടോർ
            തരംപോൽ, നേരം പോലെ
തുഴ വി,ട്ടൊഴുക്കൊത്തു
            നീന്തിയ സാമർത്ഥ്യങ്ങൾ
സ്ഥലകാലങ്ങൾ ചിക്കി–
            ക്കണ്ടു കാൽച്ചുവടുകൾ
അളന്നു വയ്ക്കാനെന്നും
            ഹരിച്ചു ഗുണിച്ചവർ

അധികാരത്തിൻ കള്ള-
      ച്ചൂതുകൾ ജയിച്ചവ-
രധിനായകരവ-
      രെനിക്കുമെൻ വാഴ്ചയ്ക്കും!
അവർക്കു തിളങ്ങുവാൻ
      കിട്ടിയതൊരു പകൽ!
അവർക്കു പിൻപാടുവാൻ
      കടലും കടൽക്കാറ്റും!
കൊടുത്തും കൊണ്ടും കൊന്നും
      വെന്നുമീ കാലത്തിന്റെ
കൊടിമുദ്രയായവ-
      രാകാശം മൂടുമ്പോഴും
പുലരി പൂക്കുന്നെന്ന
      കവിതക്കമ്പം വിടാ-
നരുതാതിപ്പോഴും ഞാ-
      നിവിടുണ്ടൊഴുക്കായി!

16

സൂര്യനെ തേടുന്ന ആകാശം

വെട്ടിത്തിരുത്തിയും
കൂട്ടിക്കിഴിച്ചുമീ–
കെട്ടകാലത്തിന്റെ
നാൾവഴിപ്പുസ്തകം
ഒട്ടൊക്കെ കുത്തി–
ക്കുറിച്ചു മടക്കി വ–
ച്ചിപ്പകൽ ക്ഷീണ–
മകറ്റി, മനസ്സാറ്റി
അന്തിക്കുറി തൊട്ട
തീരവെളിച്ചത്തെ
നെഞ്ചിലണച്ചു
മയക്കമാകുമ്പോഴെൻ–
കണ്ണിൽ കലങ്ങു–
ന്നിതുവരെ ഞാൻ നെയ്ത
മണ്ണിന്റെയുത്സവ–
ഭംഗികൾ, ഞാൻ കൊയ്ത
വിണ്ണിന്റെ കുങ്കുമ–
ശോഭകൾ, ഞാൻ പെറ്റ
വിസ്മയ സ്വപ്ന–
വിഭൂതികൾ, ഞാനിട്ട
പുത്തൻ പകലിന്റെ
വിത്തുകൾ, ഞാൻ നട്ട

നിത്യഹരിത
	പ്രതീക്ഷകൾ, ഞാൻ തൊട്ട
വാർമഴവില്ലിന്റെ
	ചേലുകൾ, ഞാൻ കേട്ട
നാട്ടുവേലപ്പാട്ടിൻ
	ശീലുകൾ, ഞാൻ നോറ്റു–
ചൊല്ലിപ്പൊലിപ്പിച്ച
	വിശ്വാസശുദ്ധിക,
ഉള്ളിലുറപ്പിച്ച
	ദർശന നിഷ്ഠകൾ!

എല്ലാം കലങ്ങി
	മറിഞ്ഞുമായും പടു–
സന്ധ്യയായ് ഞാൻ നിറം
	മാറുമ്പൊഴു, മിരുൾ–
വന്യതയ്ക്കുള്ളിലൊ–
	രർക്കബീജം തേടി
സഞ്ചരിക്കുന്നെന്റെ
	വാക്കുമാകാശവും!

ചിന്തകൾ ചിക്കി–
	ച്ചികഞ്ഞുതളർന്നിന്നീ–
യന്തിമേഘച്ചോട്ടിൽ
	ഞാൻ തലചായ്ക്കുമ്പോൾ
സൂര്യനെ തേടുന്നൊ–
	രാകാശമെന്ന പേ–
രുതിത്തെളിക്കുന്നു
	കാലമെൻ നെറ്റിയിൽ!

17

കൂട്ടം വിട്ടു പറക്കാത്തവൻ

കള്ളനുണ്ടകത്തെന്നു
പുരവാതിൽക്കൽ നിന്നു
തൊള്ള ഞാൻ തുറന്നതു
നേരാണ്! പൊറുക്കേണ്ട!

പ്രാക്കൂട്ടിൽ നത്തുണ്ടെന്നു
വെടിയക്കാലത്തു ഞാൻ
പാട്ടായിത്തിളച്ചതു
പൊയ്യല്ല! കലമ്പേണ്ട!

എന്റെ രക്തവും വാക്കും
കൂടിയുണ്ടിവിടുത്തെ
പുല്ലിലും മണലിലും
മച്ചിലും പരണത്തും

എന്നതു പകൽവെട്ടം!
നോക്കെന്റെ നെഞ്ചിൻകൂടാ-
ണിതെന്നു പാറപ്പുറ-
ത്തെഴുതപ്പെടും പാഠം!

അതിനാലുണർന്നേ ഞാ-
നിരിപ്പൂ പുറംവേലി-
ക്കരികിൽ! കണ്ണും കാതു-
മകത്താണെല്ലായ്പ്പോഴും!

നേരു ചൊല്ലുമ്പോൾ നാവു
പൊള്ളിക്കും വിരുതിനു
കേൾവികൊണ്ടവർ വിരു-
ന്നറയിൽ സമ്മേളിക്കെ,

വാക്കെടുത്തെറിഞ്ഞു ഞാൻ
ചില്ലുകോപ്പയ്ക്കു താള-
ക്കോട്ടമുണ്ടാക്കി! കുറ്റ-
വിസ്താരം തിമിർത്തോളൂ!

എങ്കിലും കുറ്റം വിട്ടു
പറക്കാനാവാത്തൊരെൻ-
നെഞ്ചിലെ വേവും നോവും
വിധി കാത്തിരിക്കുമ്പോൾ

കുരിശിലേറ്റപ്പെടും
പീഡിതസത്യം വീണ്ടു-
മുയിർക്കും മൂന്നാംപക്ക-
മെന്നതിൽ ചിറകൊച്ച!

18
തെമ്മാടിക്കുഴി

I

പടിയടച്ചു പിൻ–
വാങ്ങുക നമ്മൾ! നോ–
ക്കിനി മുതൽ ഭ്രഷ്ട–
നത്രേയവൻ! വെക്ക–
മൊരു കുഴി പുറ–
ത്തിത്തിരി ദൂരത്തു
വഴിയൊഴിഞ്ഞിടം! പി–
ന്നിവിടെനിന്നു
പിരിയാ; മിടംവലം
വരുതി വേണ്ട!
സ്വാതന്ത്ര്യമെന്നതി–
ന്നിതു പൊരുൾ! കെട്ട
മറുമുഴക്കങ്ങൾ
വേണ്ട! നായാട്ടിന്റെ
പുതിയ പാഠ–
ക്കുറിപ്പുകൾ ചിക്കുക!

II

വഴിയനക്കം
നിലച്ച കാലത്തിലൂ–
ടുയിരടക്കി നടന്നേൻ!

പകൽ കൊതി–
ച്ചിവിടെ നൊന്തു–
പിടഞ്ഞു മരിച്ചവർ–
ക്കഴിയുമോർമ്മയി–
ലെങ്ങെങ്ങിടമെന്നു–
വെറുതെയൊന്നു
ചികഞ്ഞേൻ!
നിഴൽ പുത–
ച്ചിരുവശത്തും
മറവി ചേക്കേറുവാൻ
പഴുതു കണ്ട
പുറംപോക്കു മണ്ണിന്റെ
ചരിവിലൊക്കെയും
തെമ്മാടിമുദ്രകൾ!
അതിനിടയി–
ലെനിക്കായുമുണ്ടൊരു
പകലിറങ്ങാ–
ക്കുഴിയും കുരിശു,മെ–
ന്നെവിടെയോ ചിറ–
കൊച്ച കേൾപ്പിക്കുന്നു–
ണ്ടിരുൾ വകഞ്ഞൊരു
വാക്കിന്റെ മാറ്റൊലി!

19

ചുമടെടുക്കുന്നവർ നമ്മൾ

I

ചുമടു ചുമപ്പവർ നമ്മൾ! നമ്മുടെ
ചുമലിൽ സേവന ശിക്ഷാവിധിയുടെ
ദുർവ്വഹഭാരം! നാമേ നമ്മുടെ
തടവറ കാക്കാനെണ്ണപ്പെട്ടവർ!

നാടിനു ജീവിതചാലുകളായ് നാം
മാറുമ്പോഴും; നമ്മുടെ ദാഹവിശപ്പുക-
ളാറ്റാനൊരു കവിൾ വെള്ളവു-
മൊരു പിടിയന്നവുമെപ്പോ-
ഴെവിടേയെന്നിവിടുഴറുമ്പോഴും;
ഞങ്ങടെ തേരുകളുരുളട്ടെ, യതി-
നിടയിൽ നിങ്ങളലോസരരൂപിക-
ളാകരുതെന്ന വിലക്കുകളായ് നാ-
ട്ടരചന്മാർ മുതുകെല്ലിൽ മുഷ്ടി-
യമർത്തിത്തെറിവാക്കുകൾ പെയ്യുമ്പോഴും;
പലതായ് നമ്മൾ പിരിഞ്ഞോ? നമ്മെ
പലതായരചർ പിരിച്ചോ? നാമതു
നിനവിൽ കണ്ടില്ലറിവിൽ കൊണ്ടി-
ല്ലതിനാലിരുളിൽ തമ്മിൽത്തമ്മിൽ
കലഹിച്ചെന്നോ, ദുഃഖപ്പൊരുൾ നാ-
മൊന്നാണൊന്നാണെന്നവെളിച്ച-
ത്തിന്റെ കനൽച്ചുടൽപ്പുവുമേൽക്കാ-
തിന്നലെയോളം? പകലുകൾ ചിക്കുക!

II

ഇന്നലെ നമ്മുടെയപ്പം പകുതിയു–
മുടയോരുരിയാടാതെയെടുക്കെ,
തടയാൻ പാടില്ലിടറാൻ പാടി–
ല്ലൊക്കെയുമെങ്ങടെ നിശ്ചയ–
മെന്നൊരു മുഷ്കിൻ കൽപന കേൾക്കെ,
ഒത്തൊരുമിച്ചൂ നമ്മൾ! നമ്മുടെ
കെൽപും ശബ്ദവുമധികാരത്തിൻ–
നെറ്റിയിൽ മാറാമുറിവുകളായി!

ഇന്നീ പകലിൻ ചൂളയ്ക്കുള്ളി–
ലിരുന്നു വിയർക്കേ നാമറിയുന്നാ
സംഘബലം! നാമൊന്നാണൊന്നാ–
ണെന്ന വെളിച്ചവു, മൊന്നിച്ചാൽ നാം
നമ്മുടെ വിധിയുടെയടിമകളല്ലി–
ന്നുടമകളാണെന്നുള്ളൊരു നേരും
നെറിയോടുള്ളിൽ നിറയുന്നു! ഞാ–
നക്കഥ ചൊല്ലിയെണീൽക്കേ, നോക്കീ–
യന്തിച്ചോപ്പിനുമെന്തു തിളക്കം!

ഒരു സമരത്തിന്റെ ബാക്കിപത്രം

ഇവിടെ പകൽച്ചൂടു
വറ്റെ കുറിക്കുന്നേ–
നൊരു സമരത്തിന്റെ
ബാക്കിപത്രം!

മറവിയ്ക്കു മായ്ക്കുവാ–
നരുതാത്ത മട്ടിലെൻ–
ചുടുനെഞ്ചു കോറിയ
ജീവചിത്രം!

അധികാരവാഴ്വി–
ന്നകം പൊരുൾ കാക്കുവാ–
നവകാശം നമ്മിൽ നി–
ന്നേറ്റെടുത്തോർ

കെടുകാല,മെന്നിട്ടും
കല്ലരിപ്പങ്കിന്റെ
പകുതിയും മുഷ്കാൽ
കവർന്നെടുത്തു.

അരുതെന്നു നമ്മളൊ–
ന്നുരുവിട്ടുറക്കെ! ആ
വിളിപോലും പാതക–
മെന്നു ചൂണ്ടി

നിയമഖഡ്ഗം രാകി

നീതിബോധത്തിന്റെ
ചിറകുകൾ കൊത്തി
യരിഞ്ഞിടുമ്പോൾ,

പണിയും പണിച്ചോറു
മന്യന്റെ വരുതിയ്ക്കു
പകരുവാൻ കയ്യൊപ്പു
ചാർത്തിടുമ്പോൾ

ഒരുമിച്ചുകൂടിയെൻ–
കൂട്ടരേ, നമ്മളീ–
തെരുവിലെ തീയൊഴു–
ക്കായൊരോരോർമ,

നിറവോടെ നിന്നു നാം
ഭരണാധിപത്യത്തിൻ–
നെറികേടിനെതിരെ–
യെരിഞ്ഞൊരോരോർമ,

വിരുതിൽ, വിയർപ്പിൽ, നാ
മൊന്നെന്ന നേരിന്റെ
തെളിവെട്ടമുള്ളിൽ
തിളച്ചൊരോരോർമ

സിരകളിൽ ചൂടു
പകരു, ന്നൊരുമിപ്പി–
ന്നഴിയാക്കരുത്തായി
മാറി നമ്മൾ!

അതുതന്നെയീക്കാല–
സമരചരിത്രത്തി–
ലടിവരയിട്ടു നാം
ചേർത്ത പാഠം!

അതുചൊല്ലി നിവരുന്ന
നാടിന്റെ നെറ്റിയിൽ
അണിയിപ്പെൻ ഞാനെന്റെ
ഹൃദയമുദ്ര!

21
കടലിലൊരു കടൽപോലെ

I

ഭീകരത തിറയാടി–
നിറയുമീ സന്ധ്യയുടെ
തീമിഴി കണക്കെ കനലാളുന്ന
കടലിലൊരു കടലായി
നീയിളകി മറിയുന്നു
ഗൂഢമൊരു മൃതിരതിയിൽ!
കാലമൊരു ക്ഷുദ്രഹിമ–
കണികയായുറയുന്നു പ്രാണനിൽ!

II

പ്രളയാഗ്നി ഗർഭയാ–
മലയാഴി; കരിനീല–
വിഷവിതാനം കണ–
ക്കിരവുമാനം; മദം–
പൊട്ടിയ ഗജംപോലെ
ചിന്നം വിളിച്ചുഴറി–
യെത്തുന്നൊരതിശൈത്യ–
ചണ്ഡവാതം; വിറുങ്ങലി–
ച്ചിടയിൽ ഘനീഭൂത–
ഭീതിയായ് ഭൂമി!

III

ഇവിടെയെൻ ജീവനൊ-
രഭാവബീജം; നിന്നി-
ലലിയുന്ന പ്രാണന്റെ
നിഷ്പന്ദത; ബോധ-
ഗുണരൂപനാമങ്ങൾ
മാഞ്ഞിടുമവിദ്യത;
ഒച്ചയുമനക്കവു-
മടങ്ങും മഹാമൗന-
നിത്യതയ്ക്കുള്ളിലെ ശാന്തത;
വർണ്ണങ്ങളെല്ലാ-
മഴിഞ്ഞീയപാരത-
യ്ക്കുള്ളിൽ നിറഞ്ഞിടുമദൃശ്യത;
ഇന്ദ്രിയബലരാശി വറ്റി, ജന്മാന്തര-
ശൃംഖലകൾ മുറിയുന്ന നിർമ്മുക്തത!

IV

ഞാൻ നിന്നിലില്ലാതെ-
യാകുവാനിത്രയ്ക്കു-
മാവണോ വാനുഴി-
യാഴിവാതാഗ്നികൾ-
ക്കീവിധ സംഗമ-
ഭീകര ചാരുത?
വിസ്മയ ഭയങ്ങൾ
ജ്വലിപ്പിച്ചു നീയെന്റെയുച്ചിയിൽ,
കനലിലൊരു കനൽപോലെ!
അഭയവിശ്രാന്തികൾ
തളിർപ്പിച്ചു നീയെന്റെ നെറ്റിയിൽ,
തണലിലൊരു തണൽപോലെ!
സൃഷ്ടിവിലയങ്ങൾ-
ക്കഭേദമായ് നീയെന്റെ ദൃഷ്ടിയിൽ,
കടലിലൊരു കടൽപോലെ!

V

അവസാന വെട്ടവു-
മലിഞ്ഞു തീരുന്നൊരീ-
യവസരമെന്നിൽ നി-
ന്നകലുവാനെത്രയോ-

തവണ ഞാൻ വാക്കിലു–
ടഭയം കൊതിച്ചു! മ–
ണ്ണടരിലേക്കിങ്ങനെ
വലിഞ്ഞു താഴുമ്പൊഴെ–
ന്നകമെയീ സന്ധ്യ നിറ–
മുരുകി നിറയും പെരും–
കടൽപോലെ! ഞാനതിൻ–
തിരകളിൽ വറ്റുന്ന
മറ്റൊരു കടൽപോലെ!

22
പരിക്കേറ്റ വാക്ക്

I

പ്രണയമാണു നീ! പക്ഷേ പരാതിതൻ–
വ്രണമുഖങ്ങൾ തുറക്കാതിരിക്കുക.

വഴികളെത്രയോ പിന്നിട്ടു വീണ്ടുമീ
പഴയയുമ്മറത്തെൻ നിഴൽ ചായവേ

പഴികൾ ചൊല്ലിക്കലമ്പി നീയെന്റെ നേർ–
മൊഴികളെ വിഷം തീറ്റാതിരിക്കുക!

II

പടയിലല്പം പരിക്കേറ്റു വന്നൊരെൻ–
പടുചുവടിന്റെ പേരിലിന്നോളവും–

പലകുറി ജയം കൊയ്തവനെന്ന മുൻ–
കഥകളാകെ മറക്കാതിരിക്കുക.

പണിയെടുപ്പവർക്കൊപ്പം വിയർപ്പിന്റെ
വിളവെടുപ്പിനു കൂട്ടായി നിന്ന ഞാൻ

സമരജീവിത പാഠക്രമങ്ങളി–
ലെഴുതിവച്ചതു മായ്ക്കാതിരിക്കുക!

III

ഇനിയുമുണ്ടു പകലുക; ളെൻ കരു–
ത്തിനിയുമുണ്ടു തളിർക്കാൻ; പുലർച്ചയ്ക്കു–

കുരുതി നൽകുവാൻ കോപ്പൽപ്പമെന്നിൽ ഞാൻ
കരുതിയിട്ടുണ്ട്; നീയതുമോർക്കുക

പുറകിൽനിന്നെന്റെ വാക്കിനു വെട്ടേറ്റ
പുകിലിലിലുണ്ടുനേർവെട്ട,മതിനെന്റെ–

കഥയിലാകാശം വീണ്ടും കടയുന്ന
കരുവെനിക്കുണ്ട്; കണ്ണിൽ കുറിക്കുക!

IV

ഇവിടിരുന്നു ഞാനന്തിപ്പകർച്ചയി–
ലിതൾകൊഴിയുന്ന വാടിയ പൂക്കളെ

അരുമയോടെന്റെ നെഞ്ചിലെടുത്തുവ–
ച്ചൊരു നിമിഷമിരിക്കട്ടെ! നാളത്തെ

പുലരി വെട്ടത്തിൽ വീണ്ടുമെൻ വാക്കിനു
കളരിപാഠം കുറിക്കുവാനുണ്ടെന്ന–

വലിയ കാര്യം മനസ്സിൽ! മയങ്ങുവാ–
നെവിടെ നേരം; സമരമേ ജീവിതം!

23
കയ്പു പാടുന്നു

കണ്ണടച്ചിനി പിൻമടങ്ങാം;
കണ്ടതൊക്കെപ്പോരേ, യെന്നെൻ–
നെഞ്ചിനുള്ളിലെ വൃദ്ധമൈനകൾ
കയ്പു പാടുന്നു!
കപട പകിടക്കളി തിമിർക്കും
ചത്വരങ്ങളിൽ കനക മഴയിൽ
കുളിരു കോരി കുളിച്ചു കേറാൻ
കുറി പൊലിക്കുന്നു!
ഏതു സഭയിലുമെന്റെ പുടവ–
ക്കുത്തഴിയും സ്വേച്ഛയായൈ–
ന്നേണ ചാരുത തീനിലാവായ്
കണ്ണെറിയുന്നു!
കട്ട ജീവിതം പങ്കുവയ്ക്കെ
തെരുവിലിരുളു രുചിച്ച ചോര–
ക്കട്ട വീണു തെറിച്ച പാടുകൾ
ദംഷ്ട്ര നീട്ടുന്നു!
പെരിമ തുള്ളിയ കൂട്ടുകോയ്മ–
ക്കാവിടങ്ങളിൽ നിന്നുമേതോ
മറുത പാടും തെറിപ്പാട്ടുകൾ
പെയ്തിറങ്ങുന്നു!
അടവുതെറ്റിയരങ്ങിലെത്തിയൊ–
രാടിമേളം പൊരുളു കാണാ–

തറുതിനിഴലായ് വറുതിവയലിൽ
വീണൊടുങ്ങുന്നു!
കണ്ടതൊക്കെപ്പോരേ? നേരായ്
നിന്നെരിയാൻ വയ്യയിനിയു–
മെന്നു നെഞ്ചിലെ വൃദ്ധവാക്കുകൾ
വായ പൂട്ടുന്നു!

24
തലതെറിച്ചവൻ

I

തല തെറിച്ചവനെന്നെന്നെ നോക്കി
കലി പെരുത്തവർ കൊയ്തു മെതിച്ച
കഥകളുണ്ടു മടിയിൽ, കുരുക്കാ-
നുണകൾ കുത്തിനിറച്ച പൊതിയും!

ചലനം ചത്ത ചുവരുകൾക്കുള്ളിൽ
നരകപാഠം കൊറിച്ചിരിക്കുമ്പോൾ
പുറമെ, യാറാ വെയിലിന്റെയൊച്ച
പുതുമഴ ചാറി നാമ്പിട്ട പച്ച
പതിവു പൂരപ്പടയണിത്തോറ്റം
പഴയതാകാ വയൽപ്പണിത്താളം
പകലുതാ,യെന്നു ചൊല്ലിക്കലെമ്പും
യുവകരുത്തിന്റെ പോർക്കലിയാട്ടം
അനുഭവങ്ങളായുള്ളിൽ വേർക്കാതെ-
ന്നറിവു പൊള്ളിച്ചകന്നുപോകുന്നു!
അകലമെന്നെയകറ്റുന്നു! തോരാ-
തരികിലിപ്പൊഴുമേകാന്ത ദൈന്യം!

II

ഇവിടെയീ കെട്ട മൗനത്തിനുള്ളിൽ
ചിറകൊതുക്കുമെൻ വാക്കിനെ ചുണ്ടി

പഴി പരാതി പുലഭ്യങ്ങൾ ചാറ്റി
പടിയിൽനിന്നു കയർക്കുന്നവർക്കും
തറുതല ചൊല്ലി ശീലിച്ചൊരെന്റെ
തല തെറിക്കാൻ വിയർക്കുന്നവർക്കും
കുറവെഴാക്കുറ്റപത്രങ്ങൾ ചിക്കി
കുരിശെനിക്കു തിരയുന്നവർക്കും
ഒരു മറുവാക്കായ് വീണ്ടും പിറക്കാ–
നറുതിവെട്ടത്തിൽ ഞാനഴുകുന്നു!

25

അന്തിച്ചോപ്പു കലങ്ങുമ്പോൾ

പലരും ചൊല്ലിപ്പാടിയടങ്ങിയ
പകലറുതിക്കളമിവിടം! പഴകിയ
പൊറുതിക്കെട്ടുകൾ നുള്ളിയഴിച്ചിനി
പടുതിരി കത്തിയ കനവുകൾ ചിക്കാം!

വെടിയക്കാലം തൊട്ടു തുടങ്ങിയ
വിടുപണി തന്നതു പാടും ദുരിതവു-
മെന്ന നെടുംകഥ,യിടമുറിയാക്കഥ
ചെവിയിൽ നിന്നു കിതയ്ക്കുകയല്ലോ!

വെയിലും മഴയും മഞ്ഞും നമ്മുടെ-
യഴകുകളഴലുകളാക്കിയ കാല-
ക്കെടുതികൾ തല്ലിത്തന്നതു വാടാ-
ക്കരളിലുറയ്ക്കും വാക്കുകളല്ലോ!

വിതയും കൊയ്ത്തും മെതിയും നമ്മുടെ
ദിനസരി! വട്ടിയിൽ കിട്ടിയതൊക്കെ
കയ്പും കണ്ണീരുപ്പും പീഡന-
വ്യഥയുടെയൊഴിയാ ഭാരവുമല്ലോ!

സംഘം ചേർന്നു തിളച്ചതുമോർക്കാ-
മങ്കം വെട്ടി നടന്നതുമോർക്കാം,
ചതവും മുറിവും പറ്റിയതോർക്കാം
പതറാച്ചുവടായ് നിന്നതുമോർക്കാം!

പകലുകൾ വേർപ്പായ് വാർന്നതുമോർക്കാം

പലവുരുവിളവെയിൽ കെട്ടതുമോർക്കാം
ഇരുളും നിഴലും പിണയും വാഴ്‌വിൻ
നെറിയും നേരുമറിഞ്ഞതുമോർക്കാം!

അറിവായ് നോവായ് വേവായ് നാമീ-
വറുതിക്കതിരുകൾ ചിക്കിയിരിക്കെ,
എവിടോ നിന്നൊരു മാവേലിപ്പാ-
ട്ടുയരുന്നു,ണ്ടതു കേട്ടായോ നീ?

നമ്മളിറങ്ങിയ കടവിൽ നിന്നോ
നമ്മളുറങ്ങിയ കുടിലിൽ നിന്നോ
എങ്ങോ നിന്നൊരു വായ്‌ത്താരിയുടെ
ഭംഗി പൊലിപ്പതു കേൾക്കുന്നോ നീ?

തുമ്പകൾ നിന്നിൽ പൂക്കുന്നെന്നോ,
തുമ്പികൾ കനവിൽ തുള്ളുന്നെന്നോ,
അന്തിച്ചോപ്പുകലങ്ങുമ്പോൾ വര-
വമ്പിളിയായ് നീ പതയുന്നെന്നോ?

ശരി, ശരി! നാമീ കനവിൻ തീര-
ക്കടവത്തൊരു നൊടികൂടി മയങ്ങാം!
ഉണരാനുള്ളതു തന്നെ മയക്കം;
പൊരുളതു മായാതോർമ്മയ്‌ക്കാക്കുക!
പൊരുളതുമായാതോർമ്മയ്‌ക്കാക്കുക!

26
വണ്ടി തെറ്റിയോൻ

ഇത്തിരി വൈകി! നേരം–
തെറ്റിയോ? തിരക്കിലൂ–
ടിത്രയും തത്രപ്പെട്ടു
കിതപ്പായ്, വിയർപ്പായും

വന്നതു വൃഥാവിലോ?
ഞാനത്രയ്ക്കമാന്തിച്ചോ?
സംഗതി നേ, രാരേയും
കാത്തുനില്ക്കില്ലാ കാലം!

ഒക്കെയും ശരി! ക്ഷീണ–
ജീവിതം ചുമക്കുന്ന–
തെത്രയോ പ്രാരാബ്ധങ്ങൾ!
(കടവും കടപ്പാടും!)

നോക്കുകീ ടിക്കറ്റ്! നാ–
ളെത്രയോ മുൻപേയിതെൻ–
പോക്കറ്റിൽ, നേരം വൈകാ–
തപ്പുറമെത്താനുന്നം!

എന്നിട്ടുമാവില്ലല്ലോ
യാത്രയിൽ പറ്റിക്കൂടാ–
നെന്നതു വേവും വേനൽ–
വെറിയായ് കയർക്കുന്നു!

മുന്നാലെ വന്നോർ തിക്കി–
ത്തിരക്കി നില്ക്കാനിട–
മെമ്മട്ടോ തരമാക്കി,
വാതിലും തഴുതിട്ടു!

ഓടി ഞാനെത്തും മുൻപേ
വണ്ടി നീങ്ങുന്നു; കാല–
ക്കേടിന്റെ പാടായ് ഞാനീ–
യിരുളും നിഴൽച്ചോട്ടിൽ!

ടിക്കറ്റുമെൻജന്മവും
പാഴായ കഥചൊല്ലി
നില്ക്കുമെന്നകത്തിന്നൊ–
രന്തിക്കാർമേഘഛായ!

വിഫലശ്രമത്തിന്റെ
വിഴുപ്പും ചുമ്മിക്കൊണ്ടേ
വിഹ്വലാത്മാവായ്ഞാനെൻ–
കർമ്മത്തെ പഴിക്കുമ്പോൾ

ഇരച്ചു പായുന്നൊരു
തീവണ്ടി തലച്ചോറി–
ലെനിക്കു തെറ്റിപ്പോയോ–
രവസാനത്തെ വണ്ടി!

27

അരികിൽ; അകലെ

I

അരികിൽ നീ വ–
ന്നിരിക്കുമ്പോഴെൻ മന–
സ്സകലെയേതോ
സ്ഥലകാല സന്ധ്യതൻ–
ഹൃദയരാഗം
പകർന്നെടുക്കാൻ തുനി–
ഞ്ഞിടറി വീഴുന്നു!
മുന്നിലെയക്ഷര–
ക്കനലെരിയുന്ന
പത്രികത്താൾ കരി–
യില കണക്കെ! നിൻ–
ശ്വാസവേഗങ്ങളിൽ
ചതവുപറ്റിയ
വാക്കുകൾക്കുള്ളിലെ
പരിഭവങ്ങളെൻ–
ബോധത്തിനപ്പുറം!
നിഴൽ കണക്കെ നീ
മുന്നിൽ! വിദൂരമാ–
മെവിടെയോ നിന്നു
നിൻ സ്വരസ്പന്ദനം!

കെറുവു നീറി നീ
ചൊല്ലുന്നതൊക്കെയും
വെറുതെ! പിന്നെ
മഹാമൗനമുദ്ര നീ!
ചിരപരിചയം
കൊണ്ടു നീ നേടിയ
സഹനശേഷി–
യെനിക്കറിവില്ലയോ!

II

അകലെയാണു നീ–
യിപ്പോൾ! പ്രിയേ, നിന്റെ–
യകലമെൻ ബോധം
തൊട്ടറിയുന്നെന്ന–
പകൽ പതയുന്നു!
നോക്കുക, നിന്റെ യീ–
പകുതി ചാഞ്ഞ
മിഴിക്കെന്തു ചാരുത!
ഇവിടെയില്ല നീ–
യെന്നോരവസ്ഥയിൽ
നിറയെ നീയാണ്;
നിൻ മെയ്സുഗന്ധവും!
ഇവിടെയിങ്ങനെ
ചേർന്നിരിക്കൂ, നമ്മ–
ളൊരു കവിത ത–
ന്നീരടിയല്ലയോ!
കവിത ചൊല്ലി–
ത്തളിർക്കാവൂ; തീരാത്ത
പരിഭവങ്ങൾ
കൊറിക്കാവൂ; തോരാത്ത
കനവുമാരിയായ്
പെയ്തിറങ്ങീയെന്റെ
കരളിനീർപ്പം
പകർന്നു പൊലിക്കാവൂ!
എവിടെയോ കുയിൽ
നീട്ടിവിളിക്കുന്നു–
ണ്ടിണയെ; യിന്നതെ–
ന്നുള്ളിൽ നിന്നാവണം!

III

പകലിനിയും
കുറച്ചുണ്ട്! നമ്മുടെ
പ്രണയവേഴ്ചയി-
ത്രെ ചേതോഹരം!
അരികിൽ നിൽക്കുമ്പോ-
ളില്ലായ്മയാ, യെന്നാ-
ലകലെയാകുമ്പോ-
ളുണ്മത്തിളക്കമായ്
പറയൂ, മാറുവ-
തെങ്ങനെ നീ, യിന്നീ-
യറുതിമേഘമായ്
ഞാൻ നിറം കൊള്ളവേ?

28

അഘോരഗർവം*

വിലയ്ക്കുവാങ്ങാമെന്തു-
മെന്നെന്റെ നെഞ്ചിൽ തന്ത്രം
കുറിച്ചതാരെന്നാലു-
മാവാക്കിൽ നിറനേരു-
കത്തിനിൽക്കുന്നു! നോക്കൂ,-
നാളത്തെ പകലിനെ-
മാത്രമല്ലതിൻ സൂത്ര-
ധാരസംഘത്തെ മൊത്ത-
മായിത്താനിന്നേതന്നെ
വിലയ്ക്കു വാങ്ങീയെന്ന
വാർത്തയ്ക്കും വാർത്തയ്ക്കൊത്ത
വാഴ്ചയ്ക്കും പെണ്ണിൻമണം!

റിപ്പബ്ലിക്

കുഞ്ഞേ, വാണിഭ–
മെന്നതിനകവും പുറവും
പരതുക വയ്യ, പൊറുക്കുക!
വാർത്തകൾ കൊത്തിച്ചികയും
വിരുതാൽ നീയതു
ചിക്കിയെടുക്കുകയെന്നേ
വാർദ്ധകനൊമ്പര ചെത്തം!
വാക്കുകൾ വൃത്തിവിശുദ്ധികൾ–
കെട്ടീയോടയിൽ
നാറ്റക്കാറ്റിനു വിഭവസമൃദ്ധ–
വിരുന്നായ്! തിമിർത്തിവി–
ടുത്സവമായ് ജനപീഡന–
കേളികൾ! റിപ്പബ്ലിക്കിൻ–
വർണ്ണമനോഹര–
മേടയിലെന്നും
തിണ്ണമിടുക്കിൻ
കൈക്രിയഘോഷം!
ഞാനീ പെരുവഴി–
യോരത്തെന്നുള്ളിലെ
കരിയാമുറിവുകളൊപ്പി
കനൽ വെയിലേറ്റു വിയർത്തു
തളർന്നുഴലുമ്പോൾ
കുഞ്ഞേ, യെന്തിനു

കുസൃതിച്ചോദ്യമെറിഞ്ഞെ–
ന്നറിവിനെ വെറുതെ നോവിക്കുന്നു?
കടല കണക്കു നിനക്കു
കൊറിച്ചു രസിച്ചു
നടക്കാനിത്തിരി
വിടുവായത്തം കേൾക്കുക:–
റിപ്പബ്ലിക്കെന്നുണ്ടു നമുക്കു–
മൊരുത്സവനാമം, കേമം!
പൊരുളുകളൊന്നും
ചോദിക്കരുതെ–
ന്നറിവിനെയങ്ങനെ
നോവിക്കരുതെ–
ന്നൊന്നേയിനിയീ
വൃദ്ധനൊരർഥന ബാക്കി!
അങ്ങനെ നാമൊരു
റിപ്പബ്ലിക്കെന്നറിയുക;
വെറുതെയറിയുക!
വെറുതെ വെറുതെ–
യറിയുക കുഞ്ഞേ!

ജലക്ഷോഭം

മദിച്ചു കൂലം കുത്തി–
മറിഞ്ഞും നുരതുപ്പി–
ക്കയർത്തും തീരക്കട–
വൊക്കെയുമുടച്ചമ്പേ–
യുറഞ്ഞും മുടിയഴി–
ച്ചലറി ക്കലിതുള്ളി–
ക്കുതിച്ചു പായുന്നൊരീ–
യാസുര പ്രവാഹത്തിൻ–
രൗദ്രഭംഗിയിലെന്റെ
മണ്ണിതു കലങ്ങുന്ന
ക്ഷുദ്രകാലത്തെ നെഞ്ചോ–
ടടുക്കിപ്പിടിച്ചു ഞാൻ
നിൽക്കുന്നു, ഭയദുഃഖ
സംഭ്രമ മനസ്സോടെ;
ഉഷ്ണശൈത്യങ്ങളാടി–
ത്തിമിർത്ത വപുസ്സോടെ!

എന്റെ ചോരയും വേർപ്പും
കൂടിയീ ജലഭ്രാന്തി–
ലെപ്പൊഴേ കലർന്നിട്ടു–
ണ്ടെന്നുള്ള കനൽക്കൊള്ളി
ഓർമ്മയിൽ പുകയുന്നു!
അന്ധബോധങ്ങൾ കൊമ്പു–

കോർക്കുന്നൊരങ്കത്തട്ടാ-
യകത്തെൻ പ്രാണാകാശം!

കടവിൽ, മറുകര-
യ്ക്കെത്തുവാൻ വെള്ളം തേകി-
ക്കളഞ്ഞു വെടിപ്പാക്കി-
യിട്ടൊരെൻ വള്ളം കെട്ടു-
പൊട്ടിയീ പ്രളയത്തിൽ
മറഞ്ഞെന്നാരോ നെഞ്ചിൽ
തട്ടി വീഴൂന്നു! വിഷ-
ലിപ്തമാം ബാഹ്യാകാശം
ഹൃദയം വിഴുങ്ങുമ്പോ-
ളിപ്പടുകാലത്തെന്റെ
വചനപ്പൊരുളാകും
ദിക്കെങ്ങെന്നറിയുവാൻ
അണയാക്കനൽ പോലെ,
അടങ്ങാക്കടൽ പോലെ
അടയാക്കണ്ണായി ഞാൻ
തീരത്തു നില്പേനല്ലോ!

ഉലയുമാഴിത്തട്ടി-
ലാഴുമീ മൃൺമണ്ഡലം
ഉയർത്തും വരാഹമായ്
ഞാനുയിർക്കൊൾവേനെന്നെ-
ന്നകമേ തുടിക്കുന്നു-
ണ്ടൊരു വാ,ക്കതിൽ നിറ-
മഴിയാക്കിനാവിന്റെ
കതിരാണല്ലോ കാണ്മേൻ!
കതിരിൻ മണിപോലെ-
യിങ്ങനെയൊരു സ്വര-
മിവിടെ, വരുംകാല-
പ്പിറവിക്കൊരു നാന്ദി!

31

വീണ്ടുമിങ്ങനെ പാടുന്നു

I

പടക്കളത്തിൽ നി-
ന്നിറങ്ങിയോടുവാൻ
പഠിച്ചിട്ടില്ലാത്തോർ,
ചതിവെട്ടിൽ പുറം-
തിരിയാതെ നെറി-
ച്ചുവടിലെന്നന്നു-
മുറച്ചു നിൽക്കുവാൻ
പഠിച്ചു പോന്നവർ,
ഇടർച്ചയില്ലാത്ത
തുടർച്ചയായ് കാല-
പ്പകർച്ച കണ്ടന്നേ-
യകം തെളിഞ്ഞവർ
അറച്ചു നിന്നുവോ-
കുറച്ചിട, വഴി-
ത്തിരിവിൽ നേർദിശ
തിരിച്ചറിയാതെ?
മറന്നുവോ നമ്മ-
ളുരുവിട്ട സംഘ-
പ്രതിജ്ഞകൾ? ചുറ്റും
തിമിർക്കുമുത്സവ-
ബഹളത്തിൽ നമ്മൾ

സ്വയം വെടിഞ്ഞുവെ–
ന്നറിഞ്ഞിടാതെ പൊയ്–
ക്കനവു കണ്ടുവോ?

II

പുതിയ പോരാട്ട–
ക്കളമൊരുങ്ങുന്നു!
പതറാച്ചോടുകൾ
കടഞ്ഞെടുക്കുവാൻ
സമയമായ്!
എതിർപ്പിന്റെ കനൽ–
മിഴിതുറക്കുക!
എതിരില്ലാ മന–
ക്കരുത്തുണർത്തുക!
ഒരുമയോടെ നാം
ചുവടുറപ്പിച്ചീ–
പകലടക്കുവാ–
നിരച്ചു കേറുക!

III

പഴയതാവാ മീ–
പടപ്പാട്ടു വെറും
ചെവിമുഴക്കമായ്
ക്കലെങ്ങുകയില്ലെ–
ന്നുറച്ചു ഞാനിന്നീ
വഴിത്തിരിവിലെ
തുറസ്സിലിങ്ങനെ
വിയർത്തു
നിൽക്കുന്നേൻ!

32
ഗുജറാത്തെനിക്കിന്നിതൊക്കെ

ഗുജറാത്തെനിക്കിന്നു
രാപ്പേടിയല്ലൊരു
പകൽപ്പേടി!
ഗുജറാത്തെനിക്കിന്നു
ഭൂവട്ടമല്ലൊരു
തീച്ചുടല!
ഗുജറാത്തെനിക്കിന്നു
ഗാന്ധിയുടെ നാട-
ല്ലശാന്തിയുടെ നാട്!
ഗുജറാത്തെനിക്കി-
ന്നഹിംസയുടെ വീടല്ല
ഹിംസയുടെകൂട്!
ഇന്ത്യയുടെ തിരുഹൃദയം
ചുട്ടുതിന്നും മത-
ഭ്രാന്തിന്റെ മുദ്ര!
ഗുജറാത്തെനിക്കി-
ന്നിതൊക്കെയു-
മിതൊക്കെ!
പിന്നെയുമെന്തൊക്കെ-
യെന്തൊക്കെയോ!

ഒരാധുനികോത്തര ചരിത്രനാടകം

സീൻ I :

വന്നു; കണ്ടു; നീ കീഴടക്കി!പിന്നെ
വെന്നവനായ് തിരിച്ചെത്തി! നിന്റെ തീൻ–
മേശമേലെൻ ഹൃദയം പൊരിച്ചതു
വേറേ കണ്ടു! വേവാറ്റി, നോവാറ്റിയും
നാവിനിഷ്ട വിഭവം കൊറിച്ചു നീ
പാട്ടിലാക്കിപ്പുകഴ്ത്തിയെൻ താഴ്മയെ!

സീൻ II :

ഇങ്ങെതിർപ്പുറം; കുമ്പിട്ടു കൂനിയോ–
രെന്റെയീ മുതുകെത്ര ലോകോത്തര–
മെന്ന് കാണാതെ ചൊല്ലിത്തളിർക്കുന്നോ–
രെന്റെ വാക്കിൽ നിലാവുപോലുത്സവം!
നെഞ്ചെഴുതിക്കൊടുത്തു ഞാ; നെങ്കിലെ–
ന്തെന്റെ മേനിക്കൊരാളു വന്നില്ലയോ!

ഭരതവാക്യം

അങ്കമൊന്ന്; രണ്ടംഗങ്ങൾ; നോക്കുകീ
രംഗപാടവം; രാഷ്ട്രതന്ത്രം; പരം!

---

*   രംഗപശ്ചാത്തലം : 2006 മാർച്ച് ആദ്യവാരത്തിലെ ഇന്ത്യനമേരിക്കൻ ആണവക്കരാർ.

ഒരു ക്ഷേമരാഷ്ട്ര പൗരഗീതം

ക്രൂരമാണല്ലോ കുഞ്ഞേ
നിന്റെയീ നോട്ടം; കരിം
തേളിന്റെ കടിയേറ്റ
പകലാണല്ലോ കണ്ണിൽ!

ഹൃദയം ക്ഷതപ്പെട്ടു
നീറുന്ന നീയിന്നെത്ര
വികൃതം! തണലറ്റ
വഴിയിലനാഥത്വം–
നിന്നെ വാർന്നെടുക്കുമ്പോ–
ളുച്ചിയിൽ തിളയ്ക്കുന്ന
നട്ടുച്ച! താഴെക്കത്തി–
ക്കാളുന്ന കാന്താരാഗ്നി!

പഠിത്തം കടലെടു–
ത്തെന്ന വാർത്തയിൽ പെങ്ങൾ
പുതച്ച ശവക്കച്ച
പോലെ, മേൽ മൗനാകാശം!

മണ്ണിനെ പോറ്റാൻ കട–
ക്കുരുക്കായ്ത്തീർന്നോനച്ഛൻ
മണ്ണായ ദുരന്തത്തിൻ–
സാക്ഷിയായ് പിന്നിൽ തൊടി!

ചന്തയിൽ കൂലിത്തല്ലു–
സംഘാംഗമേട്ടൻ! രക്ത–

ചന്ദനമാടുകയാ-
ണസ്വസ്ഥമൂവന്തികൾ!

അകത്തു ഞരക്കമാ-
യമ്മ! കാലക്കേടി-
ന്നടയാളമായിരുൾ
പെയ്തിറങ്ങിയ മുഖം!

പറയൂ കുഞ്ഞേ,യിന്ത്യൻ-
പൗരന്റെ ക്ഷേമൈശ്വര്യ-
കഥയിൽ നിനക്കെന്തു
സ്ഥാനമാണുണ്ടാവുക?

പാതവക്കത്തെയെച്ചിൽ-
ക്കൂനയിൽ നാളെ, വിശ-
പ്പാറാതെ നായ്ക്കൾക്കൊപ്പം
നീ കടി കൂടുന്നുണ്ടാം!

അപ്പൊഴും വികാസത്തിൻ-
വാഴ്ത്തുകാരനായ് ഞാനെൻ-
ശില്പഗോപുരമുഖ-
ത്തിരുന്നു പാടുന്നുണ്ടാം!

35
എഴുത്താരംഭം

I

എവിടെത്തുടങ്ങണ-
മെഴുത്തെന്നു ദിക്കെട്ടു-
മുഴറി ഞാൻ ചോദിച്ചു.
വിണ്ണിന്റെ നിറുകയിൽ
വിരൽ തൊട്ടു ചോദിച്ചു.
മണ്ണിന്റെ തുടുനെഞ്ചിൽ
ചെവിചേർത്തു ചോദിച്ചു.

അഴലുമീക്കടലിന്റെ
ക്ഷുഭിതസ്വരത്തോടു-
മകവേവിൽ പുകയുന്ന
ഗിരിഗർവ്വിനോടു മീ-
പുഴയോടു വയലിനോ-
ടുടൽ കരിഞ്ഞിടറുന്ന
കാടിനോടും ചൂടി-
ലുരുകി ഞാൻ ചോദിച്ചു.
എവിടെത്തുടങ്ങണ-
മെഴുത്തെന്നു ഞാനെന്റെ
ഹൃദയത്തിനോടു ചോദിച്ചു.

II

എവിടവുമെഴുത്തിന്റെ—
യിടമാണു കുഞ്ഞേ, യെ—
ന്നെവിടെയോ നിന്നൊരു
കുരൽമുഴക്കം! പിന്നെ
നല്ലൊരീ മണ്ണിൽ നി—
ന്നരുമയാം മണ്ണിൽ നി—
ന്നന്യമാമെവിടെ നിൻ—
വരമൊഴി തുടക്കമെ—
ന്നെവിടെയോ നിന്നൊരു
പിൻമുഴക്കം! ഞാനീ—
യലിവാർന്ന, നനവാർന്ന
മണ്ണിലെൻ കരൾ ചേർത്തു
പൊരുൾ ചേർത്തു നിറവോ—
ടെഴുത്തിന്റെ വിരുതായ്—
തളിർക്കാൻ തുടിക്കെയെൻ—
വിരൽമുനയിൽ നിന്നു വാ—
ക്കൈലുന്നതും വേച്ച
ചുവടടിയിൽ നിന്നു മ—
ണ്ണൊഴിയുന്നതും തളർ—
മ്മിഴികളിൽ നിന്നു വി—
ണ്ണഴിയുന്നതും ചുറ്റു—
ചുവരുകൾ തിരയിൽ വീ—
ണലിയുന്നതും പിതൃ—
വചനങ്ങൾ പുകയായി
പടരുന്നതും കണ്ടു
വിറപൂണ്ടു നില്ക്കെ, നീ
കരുതേണ്ട വടിവൊത്ത
സ്വരമായി ലിപിയായി
വിരുതു കാട്ടാമിന്നെ—
ന്നെവിടെയോ നിന്നൊരു
മറുമുഴക്കം! കണ്ട
പകലുകളൊക്കെയും
പുകിലുകൾ മാത്രമെ—
ന്നറിക നീ, വാണിഭ—
ക്കരുവായി നീയെന്റെ
വരുതിയിലെന്ന നേ—
രറിക നീയെന്നെന്റെ

ചെവികളിലെവിടെയോ നി-
ന്നൊരു കുഴൽമുഴക്കം! കടം-
കഥയിലെ പൊരുൾതേടി-
യഴലുന്ന പൈതലൊ-
ന്നകമേ വിതുമ്പുന്നു!
നിഴൽവീഴാ വാഴ്വിന്റെ
യെഴുതാപ്പുറങ്ങളെൻ-
പകലുകളെന്ന നേർ-
വെളിവിലേക്കാരോ
വിളിക്കുന്നു! ഞാനെന്നി-
ലഴുകുന്നതിൻ മുൻപീ-
യറുതികാണാക്കഥ-
യ്ക്കിവിടെയിന്നിങ്ങനെ തുടക്കം!

36
നോക്കുകുത്തി

ഞാനിനി വഴിയോരം
ചാരി നിൽക്കട്ടെ! പകൽ
ചായുന്ന ക്ഷീണം നോക്കിൽ,
വാക്കിൽ, നിശ്വാസത്തിലും!

സൂര്യനും വെളിച്ചവും
തിളച്ചു നിൽക്കുമ്പോഴെൻ–
കൂര വെന്തെരിഞ്ഞെന്ന
കഥയായ് കറുത്തു ഞാൻ!

മുൻപുള്ളോർ കടഞ്ഞിട്ട
നക്ഷത്രപ്പുലർച്ചക–
ളെൻ മുറ്റത്തുടഞ്ഞെന്ന
ഭയമായ് പകച്ചു ഞാൻ!

കാലമെൻ കരൾ പിഴി–
ഞ്ഞിറ്റിച്ച പ്രാണോദകം
പാഴ്മണ്ണിൽ വറ്റിപ്പോയ
വെറിയായ് വിയർത്തു ഞാൻ!

ചുവടും ചൊല്ലും മറ–
ന്നെപ്പൊഴേ വെട്ടംകെട്ട
കളരിക്കുള്ളിൽ കരിം–
തിരിയായ് പുകഞ്ഞു ഞാൻ!

തെരുവിൽ തളം കെട്ടും

തരുണ രുധിരത്തിൽ
തെളിയും ഭ്രാന്താവിഷ്ട–
പ്പുകയായ്പ്പെരുകീ ഞാൻ!

മിച്ചമിപ്പൊഴീ തമോ–
ബോധങ്ങൾ; വിഷം തീണ്ടു–
മിച്ചകൾ; കാലക്കോളി–
ലറ്റുപോം പ്രതീക്ഷകൾ!

വാക്കുകൾ പൊരുൾക്കരു–
ത്തഴിഞ്ഞു പിൻവാങ്ങുന്ന
നാട്ടുവട്ടത്തിൽ നോക്കു–
കുത്തിയായ് നിൽക്കാൻ മാത്രം

ഇനിയും പകൽശേഷി–
പ്പെനിക്കെന്നറിഞ്ഞും, പാഴ്–
വിളവെൻ വാഴ്വെന്നുള്ളിൽ
മുഴങ്ങും മൊഴി കേട്ടും

ഇവിടീ വഴിയോര–
ക്ഷീണമായ് ഞാൻ ചായുമ്പോൾ
ഇരവായാകാശമെൻ–
കണ്ണിലേക്കിറങ്ങുന്നൂ!

37

ഇതെന്റെ വള്ളം
ഇതെന്റെ വിശ്വാസം

I

ഇതെന്റെ വള്ളം! ഞാൻ
മരിക്കുവോളവു-
മിതിനകത്തെന്റെ-
യിരിപ്പുറപ്പെന്ന
ചരിത്ര നേരുകൾ
ചിറകിളക്കിയീ
വയൽപ്പുരപ്പിന്മേൽ
പറന്നിറങ്ങുന്നു!

II

ഇതെന്റെ വള്ള; മാ-
രിറക്കിവിട്ടാലു-
മിറങ്ങിടാ ഞാനെ-
ന്നുറക്കെച്ചൊല്ലിയീ-
യമരത്തെന്റെ കാ-
ലുറപ്പിച്ചു തുഴ-
ത്തഴമ്പിലെൻ കരു-
ത്തെരിച്ചു നിൽക്കുന്നേൻ!

III

എനിക്കിതേ വള്ളം,
തിരപ്പുറങ്ങളി-

ലലച്ചു വീഴുന്നോ–
രിരുൾ ഭയങ്ങളെ
വകഞ്ഞകലങ്ങൾ
മുറിച്ചു കാലത്തെ
തുടുപ്പിക്കും മറു–
കരയ്ക്കിറങ്ങുവാൻ!

IV

എനിക്കിതേ വള്ളം
ജനിമൃതികൾക്കു
പൊരുൾ പൊലിപ്പിക്കു
മിഹപരങ്ങളെ–
യിണക്കും ജീവിത–
പ്രണയഭംഗികൾ
തുടികൊട്ടിപ്പാടു–
മരങ്ങിലെത്തുവാൻ!

V

ഇതെന്റെ വിശ്വാസം
വിയർത്തിറങ്ങുന്ന
വെയിൽപ്പാടം; മന
സ്സുണർന്നു മാനത്തെ
പുണർന്നുലയുന്ന
നദീതടം; കാലം
കടഞ്ഞ വാക്കിനാ–
യൊരുങ്ങിയോരിടം!

38

ഒറ്റയാന്റെ ചിത

(കടമ്മനിട്ടയ്ക്ക്)

I

കാടുലച്ചെത്തുന്നൊ–
രൊറ്റയാൻ നീയെന്റെ
കാതലായ്ത്തീർന്നവ–
നെന്നു കണ്ടും,

തുമ്പിയുയർത്തി നീ
ചിന്നം വിളിച്ചതെൻ–
നെഞ്ചിൽ നിന്നായിരു–
ന്നെന്നറിഞ്ഞും,

നീയിന്നലറി
മറഞ്ഞെന്ന നേരിലെൻ–
നീറും മനസ്സു
തുറന്നു വയ്പേൻ!

II

ആട്ടം നിലച്ചാ–
ളൊഴിഞ്ഞോരരങ്ങിലെ
നാട്ടു വെളിച്ചത്തെ
സാക്ഷി നിർത്തി

അന്തിക്കനലാ–
യെരിഞ്ഞടങ്ങും നിന്റെ–

യന്തസ്സംഘർഷം
പകർന്നെടുത്തും,

പിന്നെ ഞാനിന്നതൊ–
രഗ്നിവാതം കണ–
ക്കുള്ളിലുണർത്താൻ
വിയർത്തൊലിച്ചും,

അങ്ങനെ നിൻ വാക്കി–
ലെന്നെയലിയിച്ചൊ–
രർഥസായുജ്യ–
ഫലം കൊതിച്ചും

നിന്നെ വിഴുങ്ങും
ചിതയിലെൻ പ്രാണന്റെ
നൊമ്പരമർപ്പി–
ച്ചൊഴിഞ്ഞു നില്പേൻ!

39

ബലിമുഖത്തു നിന്നവൻ*

കൊടി തെറുക്കാതെ നെഞ്ചോടു ചേർത്തു നീ
പടിയിറങ്ങിയതിന്നലെ! നിൻ കരൾ-
ത്തുടിമുഴക്കമായിപ്പോഴും നീ തെക്കൻ-
പടനിലം കണ്ടുയർത്തിയ കാഹളം!
ഉണരുമീ നാടിൻ ദീപ്തനേത്രങ്ങളിൽ
ഉദയസൂര്യനായുണ്ടായിരുന്നു നീ!
ഉഴറുമീ നാടിൻ പ്രാണവേഗങ്ങളിൽ
പുതു തിളക്കമായുണ്ടായിരുന്നു നീ!
ഉയിരു പൊള്ളിപ്പിടയുന്ന കാലത്തിൻ-
ബലിമുഖങ്ങളിൽ നിന്നവനാണു നീ!

ശകടമാർഗ്ഗം പിഴയ്ക്കുന്നുവെന്നു ക-
ണ്ടിടയിലെപ്പൊഴോ നീയിറങ്ങുമ്പൊഴും
പഴയ തോഴർ നിൻ വർണ്ണപ്പകർച്ചയിൽ
പഴി പെരുപ്പിച്ചു കല്ലെറിയുമ്പൊഴും
വഴി പിരിഞ്ഞവൻ നീയെന്ന ക്രൂരമാം
വിധിനടത്തലിൽ വിണ്ണെരിയുമ്പൊഴും
മധുരധീരമാം സൗമ്യത വാക്കിന്റെ
തുടുവെളിച്ചമായ് നിന്നിൽ നിറച്ചു നീ!
'ഉയരും നാടാകെ'യെന്നു മുഴക്കിയ
കുരൽവഴക്കമഴിയാതെ കാത്തു നീ!

ധമനിയിൽ ചോപ്പു ചോരാതെ മണ്ണിന്റെ
ഹൃദയതാളം ശ്രവിച്ചു നടന്നു നീ!

പകലടങ്ങി, തിരയടങ്ങി, കരി–
നിഴലുകൾ വീണ തീരത്തെവിടെയോ
മമതകൾ വാർന്നൊഴിഞ്ഞ മനസ്സുമായ്
മിഴിയടച്ചു കിടക്കയാണെങ്കിലും
തുടരുമെന്നിലൂടെന്നുമൊറ്റക്കമ്പി
മുറുകി നിൽക്കുന്ന തംബുരുവായി നീ!

40

വരിക യാഗാശ്വമേ വീണ്ടും!

I

വരിക യാഗാശ്വമേ, പ്രാണവേഗമായ്
നഗരകാന്താര ഗ്രാമാന്തരങ്ങളെ
ഖുരപുടത്താലുണർത്തിയും, നിൻ പുകൾ
സുരപഥത്തിലുയർത്തിയും, കാലത്തിൻ
ക്ഷുഭിത സഞ്ചാരമാർഗ്ഗങ്ങളിൽ, ധർമ്മ–
ച്യുതി ഭരിക്കും പുരികളിൽ, വാക്കിന്റെ
ചിതയൊരുക്കും സഭകളിൽ, സ്വാതന്ത്ര്യ–
മിരുളിൽ മുങ്ങിമരിക്കുമിടങ്ങളിൽ!
വരിക വീണ്ടും!

II

ചിരപുരാതനമീഗൃഹ,മാകാശ–
നിറുകയിൽ കൈകൾ ചേർത്തു "നീ നന്മയായ്
പുലരു"കെന്ന വാക്കുച്ചരിച്ചോരുടെ
പിറവികൊണ്ടുതളിർത്തു പൂത്തോരിടം!
അറിവുമന്നവും തേടി വന്നോർക്കും, വാക്–
ച്ചതുരതയാൽ ചതിച്ചോർക്കുമൊന്നുപോൽ
തൊഴുകരം നീട്ടി നൽവരവോതിയ
പുകഴഴകിൽ കുളിച്ചവർ പൂർവ്വികർ

III

പകൽ തളർന്നപ്പോൾ, വാണിഭക്കോപ്പേന്തി
പടികടന്നവർ പത്തായക്കോയ്മയായ്
പെരുകി നിന്നാഴിയുഴി വാനങ്ങളെ
വിരൽമുനയിൽ വിറപ്പിച്ചതോർക്കുക!
അവരുടച്ച വെളിച്ചത്തെ വീണ്ടെടു-
ത്തവനി വാഴ്വു വസന്തർത്തുവാക്കുവാ-
നിവിടെ ജീവൻ തുടിച്ചിടമൊക്കെയും
ബലിമുഖങ്ങളായ്ത്തീർന്നതുമോർക്കുക!

IV

അണിയറ മാറി, പുത്തനരങ്ങിലേ-
ക്കലകടൽ കടന്നെത്തുമധീശത
അധമബോധത്തിലാണവ സൗഖ്യത്തിൻ
അടിമമുദ്ര പതിപ്പതു കാണുക!
അതുമലങ്കാര വർണ്ണകേമത്തമെ-
ന്നരമുഖവാതിൽത്തത്തകൾ പാടുമ്പോൾ
നിറുകപൊട്ടുന്ന നേരിൻ നിലയ്ക്കാത്ത
നിലവിളികളെൻ വാക്കിൽ, നീ കേൾക്കുക!

V

വരികിവിടേക്കു നീ ജനരോഷമായ്
വരിക, യാഗാശ്വമേ രണഘോഷമായ്!
വരിക, വീണ്ടും വിമോചനത്തിൻ മഹാ-
പടഹമായി നീയസ്ഥബോധങ്ങളിൽ!
വരി,കിരുളും നിഴലും പിണയുമീ-
വഴികളിൽ പകൽവെട്ടം ചുരത്തി നീ!
വരിക, നേരും നെറിയും തിരിച്ചറി-
ഞ്ഞകമുണർത്തും കവിതക്കരുത്തായി!
വരിക വീണ്ടും!

41

മാനത്തൊരു ചിത*

ഒരു സിംഹത്തെക്കൂടി
  കൊന്നു നീ വേട്ടക്കാരാ,
ഒരു ക്രൂരത കൂടി
  നിന്റെ നാൾവഴിത്താളിൽ!

അഷ്ടദിക് രൂപാംഗിക–
  ളാദിമ വിഭാതങ്ങൾ–
ക്കിഷ്ട തോഴികൾ ദീപ–
  ക്കാഴ്ച്ചകളൊരുക്കിയ

യൂഫ്രട്ടീസ്–ടൈഗ്രീസ് നദീ–
  തട ശാദ്വല ഭംഗി
ചുട്ടെരിച്ചവൻ നീ കംസ–
  നീതിയ്ക്കു മേൽക്കയ്യൊളൻ!

മാനവ സംസ്കാരത്തെ–
  താരാട്ടി, പാരാട്ടിയ
മാതൃഭാവങ്ങൾ നെഞ്ചു
  വെന്തു വീണൊരു മണ്ണിൽ–

നിന്നൊരു നിലവിളി
  ക്ഷീണമാമെൻനെഞ്ചിലും

---

* പശ്ചാത്തലം : ഇറാഖിലെ സദ്ദാം ഹുസൈന്റെ വധം

വന്നലയ്ക്കുന്നു! ചാരം
    മൂടിയ കണ്ണിൽ കാലം–

കൈക്കൊണ്ട മഴുവിന്റെ
    തിളക്കം! നിനക്കായി
മെയ്യൊരു ചിതയാക്കി
    കത്തി നിൽക്കുന്നൂ മാനം!

42

ഗുജറാത്തിന്റെ പാഠം; മാറാടിന്റെയും

നാഥുറാം പറയുന്നു:

നീയെനിക്കന്യ–
നഹിന്ദു! വിദേശീയ–
നീ നാടിനെന്നേ–
യപശ്രുതിയായയവൻ!
നീയൊഴിവാക്ക–
പ്പെടേണ്ടവൻ! നീയെന്റെ
ജീവിതത്തിന്നി–
ന്നഭംഗി! നോ,ക്കിത്രയും
കാലം കൊറിച്ച
പടുവാക്കു നീക്കി ഞാൻ
വായിപ്പെൻ പുത്തൻ
പഠനക്കുറിപ്പുകൾ!
അങ്ങനെ നീയെന്റെ
ശത്രു! നിൻ ചോരയിൽ
മുങ്ങിനൂരേണ്ടതെൻ
ധർമം! ചരിത്രത്തിൽ
ഉണ്ടായിരുന്നതു
ഞാൻ മാത്രം! ദേശത്തി–
നുൺമ ഞാൻ മാത്രം!
മറിച്ചുള്ള വാക്കുകൾ
എല്ലാം പൊളികൾ,
പൊളിച്ചു മാറ്റേണ്ടവ–

യെന്ന വാക്കിൽ നിൽക്കെ
ഹിന്ദുവാകുന്നു ഞാൻ!
ഞാൻ കൈകൾ നീട്ടി
ഗുജറാത്തി, ലിന്ത്യയ്ക്കൊാ–
രാദിപാഠം പോലെ;
ഭാവിപാഠം പോലെ!

നാഥുറാം തുടരുന്നു:

ഇന്ന് മാറാടെന്റെ
പാഠക്കുറിപ്പായി
പിന്നെയും! ഞാൻ നിന്റെ
നെഞ്ചിൽ ത്രിശൂലമായ്
വന്നു തറയ്ക്കുമ്പോൾ
മണ്ണുമാകാശവു–
മെന്നിൽ കറങ്ങി–
യമരുന്നതു കണ്ടു
കാലം വിറയ്ക്കുന്നു!
കണ്ണിലെയമ്പിളി–
ത്താലത്തിലിന്നെനി–
ക്കാരക്ത താംബൂലം!

43

പ്രണയഭാഗം; ചരിത്രഭാഗം

I

മുറിവിൽ കനൽക്കത്തി
കുത്തിനിർത്തുന്നെന്റെ
നിറുകയിൽ കലിപൂണ്ട കാലം

പുകയും നെരിപ്പോടു
ചുടർ നെഞ്ചിലേറ്റി–
ശ്ശപിക്കുന്നു ഭയമാണ്ട ഭൂമി

മുകളിൽ, മുഖം പൊള്ളി
വെന്തും വിയർത്തും
ചിതച്ചൂടു പെയ്യുന്നു മാനം

നടുവിലീമരുവിന്റെ
വരൾനാവുപോലെ
തുടിപ്പറ്റൊരീ നാട്ടുപാത

കാലവും ഞാനുമീ
പാതയുമൊന്നെന്ന
നേരിൽപ്പിടയുന്നതാരോ!

വാക്കുപൊട്ടിപ്പിളർ–
ന്നഗ്നി വിശുദ്ധിയാ–
യുള്ളിൽ നിറയുന്നതാരോ!

II

എന്നേ കിനാവിൽ
തളിർത്ത സ്നേഹത്തിന്റെ
കൗമാര ഭംഗിയായ് പൂത്തും

പിന്നെ, പതുക്കെ
മനസ്സിനകത്തള–
വെട്ടമായ് പൊട്ടിവിരിഞ്ഞും

പിന്നെ,യെന്നൊപ്പം
വിതച്ചും മെതിച്ചുമെൻ–
മെയ്ചേർന്നു വേർത്തു നടന്നും

ഭാരങ്ങൾ പങ്കി–
ട്ടെടുത്തവളേ, നിന്റെ
വാമൊഴി വെട്ടമറിവേൻ!

നീറിപ്പിടിയ്ക്കും
പകൽ നിന്റെ കണ്ണിലെ
തീക്കനലായതറിവേൻ!

നീരാഴികളൊക്കെ
നിന്റെ കൈക്കുമ്പിളിൽ
തീർത്ഥമായ്ത്തീർന്നതറിവേൻ!

III

നമ്മളീ തീമഴ–
ച്ചാറ്റലേറ്റീ വയൽ–
നെഞ്ചിൽ വിയർപ്പായയലിഞ്ഞും

കൊണ്ടും കൊടുത്തും
തിമിർക്കുന്ന രാപ്പകൽ–
ക്കൊള്ളയോടേറ്റു കയർത്തും

ഉടച്ചും മെനഞ്ഞുമീ
വാഴ്വിൻ തനിമയുൾ–
ക്കനലിൽ വിളക്കിത്തെളിച്ചും

വറ്റാപ്പകലിന്റെ
വെട്ടമായീവഴി–
വക്കിൽ നിറയാനെരിഞ്ഞും

ഇല്ലായ്മയിൽ നമ്മ–
ളൊന്നാകവേ നറു–
മുൺമയായ്ത്തീരുകയല്ലോ!

ഉഷ്ണിച്ചു നമ്മ–
ളഴിയെ, ചരിത്രത്തി–
ന്നുൾത്തുടിപ്പാവുകയല്ലോ!

44

സീസർ

ഞാൻ കൈപിടിച്ചു
നടത്തിയോ,നക്ഷര–
നാളങ്ങളെൻ നെഞ്ചിൽ–
നിന്നുകൊളുത്തിയോൻ

ഞാൻ ചോടുറപ്പിച്ചു
തന്നവൻ, നേരിന്റെ
വാക്കും വഴിയുമെൻ–
നാവാലറിഞ്ഞവൻ

എന്റെ പിൻഗാമിയായ്
വാഴ്ത്തപ്പെടുന്നോൻ നീ–
യെന്ന പകലിൽ
നിറഞ്ഞു ഞാനിന്നലെ!

കൂട്ടത്തിലിന്നെതിർ–
വാക്കായി, പിന്നീടു
കൂർത്ത ശരമായി
നീയെന്നിലാഴവേ

'നീയുമോ!' എന്നു ചോദിക്കുവാ–
നായി,ല്ലതിൻ മുമ്പു

ശേഷക്രിയയ്ക്കായി
വാതിലടച്ചു നീ!

വീണ്ടുയിർപ്പെത്രയോ
കണ്ടവൻ ഞാനെന്നൊ-
രാക്കത്തിലിന്നെനി-
ക്കുണ്ടൽപ്പ വിശ്രമം!

45

പുഴകലങ്ങുന്ന നേരം

I

ബഹളമാണ് നോ, ക്കക്കരെയിക്കരെ
ബഹുമുഖപ്പുതു കമ്പോള മേളം.

പുതിയ ദൈവങ്ങ, ളാതുര സേവകൾ,
ദുരിത പാപ നിവാര കർമ്മങ്ങൾ,

വ്യസനതീരമഴിക്കും വിഭൂതികൾ,
വികൃതരോഗ ശമനോത്സവങ്ങൾ,

വികല കാഷായവേഷ വിശേഷങ്ങൾ,
ഭ്രമിത ചിത്തങ്ങൾ, വിഹ്വലാത്മാക്കൾ,

നെറി പിളർക്കുന്ന നേരുകേടിൻ പുഴ–
ക്കരയിലിങ്ങനിരുളിളക്കങ്ങൾ!

ഇവ നടുവിലകപ്പെട്ട വാക്കിന്റെ
നിറുക പൊട്ടുന്നതെൻ നെഞ്ചിലല്ലോ!

II

കുരുതിയിൽ മുങ്ങുമാന്ധ്യത്തിനക്ഷര–
ക്കളരി വെട്ടമായ് ഞാൻ പിറക്കുമ്പോൾ,

വികട നാടകമാടും കുബേരതയ്–
ക്കെതിർമുഴക്കമായ് ഞാൻ കയർക്കുമ്പോൾ

തുടലഴിയുന്നകത്തും പുറത്തുമെ–
ന്നുയിരിലുണ്ടു വിൺനക്ഷത്രശോഭ!

III

പുഴ കലങ്ങുന്നു! ഞാനെന്റെ വാക്കിനെ
യുഗവെളിച്ചമായ് മൂർച്ച കൂട്ടുന്നു!

ഇവിടെയെൻ ചെറുതോണി, മൂവന്തിച്ചെ–
ങ്കതിരുകൾ, പുഴ, ഞാ,നെന്റെ വാക്കും!

പുതിയതീ ചിത്രം, വാഴ്‌വിന്റെ പൂമുഖ–
ച്ചുവരിൽ ഞാൻ നെയ്ത നേർമൊഴിച്ചിത്രം!

46

ഒന്നാമൻ പറയുന്നതെന്തെന്നാൽ......

ഒന്നുകിൽ വശത്താക്കി
നിന്നെ ഞാനകത്താക്കു,–
മല്ലെങ്കിൽ പുറത്താക്കി
വാതിൽ ഞാൻ തഴുതിടും!

ഒന്നാമൻ ഞാനെന്നതേ
തിരുത്തപ്പെടാ പാഠം!
'ചൊന്നതാചരിപ്പോരി–
ലുന്നതാ മമ പ്രീതി!'[1]

ആ,ളർത്ഥം സുഖഭോഗ–
വിഭവം നാവിൻ തുമ്പിൽ
കാവലാണെനിക്കെന്ന–
തമർത്തിക്കുറിച്ചോളൂ!

ഇല്ലില്ല, വേറിട്ടൊരു
വാക്കായി ചൊടിച്ചെന്നെ
വല്ലായ്കപ്പെടുത്തിടാ–
മെന്നു നീ കൊറിക്കേണ്ട!

അറിവായ് കുറച്ചോരി–
ന്നെവിടെ? പുറംപൊക്കി–
ലരങ്ങിലരിശമായ്
തോടയ[2]മാടുന്നുണ്ടാം!

നാവു പൂട്ടാതെ നായ്ക്കൾ
പിന്നാലെയുണ്ടാകിലും
സാർത്ഥവാഹകസംഘം
മുന്നോട്ട്! (പഴേ പാഠം!)

അകത്തേക്കാണെങ്കിലീ
സഞ്ചി കൈ പിടിച്ചാട്ടെ!
പുറത്തേക്കാണെങ്കിലീ
വാതിൽ നീ കടന്നാട്ടെ!

അങ്ങനെയിന്നെൻ വാക്കു
കല്പനയാകും പകൽ–
ഭംഗിയിൽ സംഘത്തിനെ–
ന്തുത്സവ പരിവേഷം!

---

1.   നളചരിതം ആട്ടക്കഥയിൽ പുഷ്കരൻ

2.   കഥകളിയുടെ തുടക്കത്തിൽ തിരശ്ശീലയ്ക്കു പിന്നിൽ നടക്കുന്ന നടനവിശേഷം.

47
പകൽ തീർന്നവരിലൊരുവൻ

പകലൊക്കെയും നാട്ടു-
    വഴികൾ വെട്ടുന്നവർ-
ക്കിടയിലവരൊത്തു
    വിയർപ്പായ് പൊടിച്ചു ഞാൻ.

പകലൊക്കെയും വയൽ-
    ക്കുരുവിച്ചുണ്ടിൽ തിന-
ക്കതിരായ് പൊലിച്ചുയിർ-
    നിറയും ചിലപ്പായേൻ.

പകലൊക്കെയും വെള്ള-
    ച്ചാലിലെ മീനോടൊത്തു
തുഴഞ്ഞു വാഴ്വിന്നകം-
    കുളിരായ് തുടിച്ചല്ലോ.

പകലൊക്കെയും വെയിൽ-
    നാളങ്ങളൊപ്പം വിണ്ണിൻ-
വെളിവാ,യൊളിയായും
    മണ്ണിൽ വീണഴകായേൻ.

പകലൊക്കെയും കാട്ടു-
    പച്ചപ്പാ,യാഴക്കടൽ-
നിറനീലിമയായും
    പകർന്നു തുളുമ്പീ ഞാൻ.

പകലൊക്കെയും കാറ്റി–
　　ലുദ്ദങ്ക*മേഘത്തിന്റെ
വരവാഗ്ദാനം പോലീ
　　വഴിയേയലഞ്ഞു ഞാൻ.

പിന്നിതായിരവിന്റെ
　　വിരുന്നുശാലയ്ക്കുള്ളി–
ലെന്നിടമെങ്ങാണെന്നു
　　തിരഞ്ഞുനില്പായല്ലോ!

---

*　മഹാഭാരത യുദ്ധാനന്തരം ദ്വാരകയിലേക്കു മടങ്ങുകയായിരുന്ന കൃഷ്ണനും മുനിയായ
ഉദ്ദങ്കനും തമ്മിൽ സന്ധിച്ച കഥയിൽ പരാമൃഷ്ടമാകുന്ന മേഘം.

48
വിളി; വിളിപ്പകർച്ച

കതകുകൾ ചാരിയിറങ്ങുക വെക്കം
കരിയുകയാണീ കാലമുഖങ്ങൾ!
കുട്ടികളെവിടെന്നറിയാനെരിതീ-
യുള്ളിൽ! കൺകളിലിരുളാഴക്കടൽ!

ഉടലു വിയർപ്പായ് വാറ്റിയെടുത്തി-
ട്ടുരിയരി നേടാനായില്ലിന്നലെ
അതിനാൽ, കാഞ്ഞവയറ്റിൽ നായ് പേ-
യിളകിത്തുടലു പറിക്കെ, കുട്ടിക-
ളങ്ങു പടിഞ്ഞാറെങ്ങോ നിന്നൊരു
ഭംഗി വിളിക്കാമെന്നു രുചിച്ചാ-
ക്കടവിൽ കാത്തുകിടന്നൊടുവിൽ കാണാ-
ക്കരയിലെ മുന്തിരിവള്ളി കഴുത്തിൽ
വരിഞ്ഞുമുറുക്കി മരിച്ചെന്നായയോ?

വരളും മരുവിൽ പച്ചകുരുക്കാ-
നുണ്ണികൾ വേർപ്പായ് പെയ്തെന്നോ? പി-
ന്നുന്നത മേടകളംബര ചുംബിക-
ളുയരാനവരുടെയെല്ലു പൊടിഞ്ഞീ-
മണലിൽ മണലായ്, ചെളിയിൽ ചെളിയായ്
മഴയിൽ പുഴയായ്ത്തീർന്നെന്നോ കഥ!

ചൊല്ലുക, നെഞ്ചത്തടിയേറ്റു പിടഞ്ഞീ-
മണ്ണു കയർക്കെയൊരുൾക്കിടിലത്തിൻ-
വിള്ളലിൽ വീണുമറഞ്ഞോ കുട്ടികൾ?

അമ്മേ, നീ സർവംസഹയല്ലെന്നോ?
ഒരുപിടിയന്നവുമാടയുമന്തി–
ക്കടിയാനിത്തിരിയിടവും തേടി–
യലഞ്ഞുതിരിഞ്ഞവരവരിലെയണയാ–
ക്കനലായിപ്പകൽ പൊള്ളുകയല്ലോ!

എവിടോയിന്നവർ! നമ്മുടെയുള്ളിലെ–
യലയാഴിക്കയമറിയും ദിക്കുക–
ളവരുടെ സ്വപ്നവുമവരുടെ മോഹവു–
മവരുടെ ജീവിത ദാഹവുമെല്ലാ–
മെവിടേയെവിടെന്നലറി വിളിക്കെ
നമ്മുടെ കുടിലിന്, കുടിലിനുമേലേ വിരിയും
വിണ്ണിനു നിലയുണ്ടോ നിറമുണ്ടോയെന്നെൻ–
നെഞ്ചുകലക്കം കേൾക്കുവതാരോ?

കേൾക്കാൻ നീയും ഞാനും മാത്ര,മ–
തോർത്തേ നാമീയന്തി വെളിച്ച–
ക്കടവത്തിരുനിഴലുകളായ് നിലവിളിയായ്
മറുവിളിയായ്ത്തമ്മിൽപ്പകരുകയല്ലോ!
എങ്കിലുമിവിടെയലഞ്ഞും തേടിയു–
മെന്നെന്നാലും മുറ്റത്തുണ്ണിക–
ളെത്തും വെടിയക്കാലം കാണാമെന്നൊരു
സ്വപ്നം പ്രാണനിൽ മിച്ചവെളിച്ചം!

49
സത്രപ്പടിക്കൽ ഞാൻ

പകൽ വെട്ടമുട-
ച്ചിരുൾ പ്പെരുമാളാ-
യലറി നിൽക്കുന്ന
രുധിര രക്ഷസ്സിൻ-
പിടിയിലീ സത്രം!
നടവഴിയ്ക്കിരു-
വശത്തും കൊള്ളക്കാർ
വലയും വാളുമാ-
യവസാന മണൽ-
ത്തരികൂടി കവർ-
ന്നെടുക്കാൻ രാപക-
ലെരിക്കുന്നു! നടു-
ക്കെവിടെയെമ്മട്ടൊ-
രഭയമെന്നിരുൾ-
ക്കയം കണ്ടു കരൾ
പിടഞ്ഞു നിൽക്കയാ-
ണിവിടെ ഞാൻ, സ്വന്തം
നിഴൽപോലും കണ്ടു
ഭയക്കുവോൻ! വയൽ-
വരമ്പത്തും പണി-
പ്പുരയിലും വേർപ്പാ-
യുരുകുമെന്നുട-
പ്പിറപ്പുകൾ നെഞ്ചിൽ

കനലൂതിത്തെളി-
ച്ചിളയെ ചെങ്കതിർ-
ക്കളമാക്കി, കണ്ണി-
ലുദയ സൂര്യന്റെ
പിറവി ഘോഷിച്ചീ-
പഴയ സത്രത്തിൻ-
പടിയ്ക്കലെത്തുമ്പോ-
ഴെവിടെ നിന്നു ഞാ-
നവരെ കൈപിടി-
ച്ചണയ്ക്കും? രക്ഷസ്സു
കുടിയിരിക്കയാ-
ണകത്ത്! കൊള്ളക്കാർ
വഴി പകുക്കുന്നു
പുറത്ത്! മൂവന്തി-
ച്ചുവപ്പുരാശിയായ്
പകരുന്നാകാശം!

ഒരു ചുവടിനാ-
യിടം വകഞ്ഞുഞാ-
നിവിടെ! വേയ്ക്കുമെ-
ന്നുടൽ താങ്ങാനൊരു
കരം തിരഞ്ഞു ഞാ-
നിവിടെ! ഞാനിന്നൊ-
രഭയ ദാഹത്തി-
ന്നടയാളക്കനൽ!

എവിടെത്തൊട്ടാലു-
മപകടമെന്നൊ-
രറിവിൽ നീറിഞാ-
നിവിടെയിങ്ങനെ!

എനിയ്ക്കൊരിടത്തു
ചുവടുറപ്പിച്ചു
നിവരണ; മതി-
ന്നിടമെൻനെഞ്ചിലെ
കുതിർന്ന മണ്ണെന്ന
തിരിച്ചറിവിലേ-
ക്കിനിയെന്റെ വാക്കു
വഴിയാക്കട്ടെ ഞാൻ!

50

വേകാത്ത വചനം

കാര്യങ്ങൾ പറയുമ്പോൾ
കഥകളരുതെന്നെന്റെ
കാതിൽ നീ ചൊരിമണൽ!

നോക്കിവിടെ
രാജാവു നഗ്നന–
ല്ലൊരു പെരുംകള്ളനെ–
ന്നലറുമെൻ വാക്കുപൊട്ടുന്നു!

പകലിന്റെ
മുതുകത്തു കൊള്ളയുടെ
കുന്തം കുലുങ്ങുന്നു!

രാവിന്റെ
തുട പിളർന്നുയരുന്നു
നാലാമതൊരവതാരരൂപം!

കൊടിതോരണങ്ങൾ
ജയകീർത്തനങ്ങൾ
കൊള്ളമുതലൊഴുകുന്ന
ഗംഗാപ്രവാഹങ്ങൾ!

ഗംഗയുടെ തീരത്തു
ചുടലയിൽ വേകാത്ത
വചനമായിനി നമ്മൾ മാത്രം!

9 788126 203376